பவள மல்லிகை

(சிறு கதைகள்)

கி.வா. ஜகந்நாதன்

Title: Pavala Malligai

Author: Ki. Va. Jagannathan

Language: Tamil

First Published on: 1951

Year of Publication: 2024

Book Format: Paperback

*Page Size: 6inch * 9inch*

Category: Fiction

Subject: Short Stories

No. of pages: 148

ISBN: 978-81-988585-4-2

Published by: Nilan Publishers, Madurai, Tamilnadu, India

பொருளடக்கம்

குறிப்புகளுக்காக

முன்னுரை

இந்தப் புத்தகம் என்னுடைய ஐந்தாவது கதைத் தொகுதியாகும். இதற்குமுன் 'கலைஞன் தியாகம்' 'நீலமணி', 'அறுந்த தந்தி', 'கலைச்செல்வி, என்ற கதைத் தொகுதிகள் வெளியாகியிருக்கின்றன. இதில் எட்டுக் கதைகள் இருக்கின்றன.

இந்தத் தொகுதியின் பின்னாலே 'கதைக்குக் கால் உண்டு' என்ற கட்டுரையைச் சேர்த்திருக்கிறேன். அதில் உள்ளவற்றை இந்த முன்னுரையிலேயே சேர்த்திருக்கலாம். ஆனாலும் கதை முழுவதையும் படித்த பிறகே அதில் கூறப் பெற்ற செய்திகள் நன்றாக விளங்கும். ஆதலால் பின்னே இருக்கட்டுமென்று முடிவு செய்தேன். அந்தக் கட்டுரை சுய புராணம் அன்று; கதையின் கதை.

கி.வா.ஜகந்நாதன்

பவள மல்லிகை

"ஏன் மாமி, கண்ணன் புல்லாங்குழல் ஊதினால் புலியும் பசுவும் பக்கத்திலே பக்கத்திலே நின்று கேட்குமாமே! இந்தக் காலத்திலே மனிதர்களெல்லாம் அடித்துக் கொண்டு சாகிறார்களே. கண்ணன் இப்போது இந்த உலகத்தில் வந்து புல்லாங்குழல் ஊதினால் எல்லோரும் சாதுவாய்ப் போய்விட மாட்டார்களா?"

அன்று கோகுலாஷ்டமியாகையால் தமிழ் வசனத்தில் உள்ள பாகவதத்தை நான் படித்துக்கொண்டிருந்தேன். தசம் ஸ்கந்தத்தில் கோபாலன் செய்த திருவிளையாடல்களைப் படித்துக் கொண்டே வந்தேன். பக்கத்தி லிருந்து அம்புஜம் கேட்டுக் கொண்டிருந்தாள். அவள் கேட்ட கேள்விதான் அது. குழந்தைப் பெண் ஆனாலும் அவளுக்குத் தெய்வ பக்தி அதிகம். கண்ணன் என்றால் அவளுக்குப் பிரியம். எங்காவது பாகவத உபந்நியாசம் நடந்தால் அவள் தன் பாட்டியுடன் போய்க் கேட்பாள். இந்தப் பழக்கத்தால் அவளுக்குக் கண்ணனுடைய கதைகளில் அநேகம் தெரியும். சில சமயங்களில் தான் கேட்ட கதையை அவள் சொல்லும் போது பார்க்க வேண்டும்; சாட்சாத் கோகுலத்தில் ஒரு கோபிகையானவள் கண்ணனுடைய திருவிளையாட்டை நேரே கண்டு விவரிப்பது போலவே இருக்கும். அவளை அறியாமல் அவள் கண்ணிலே நீர் வந்துவிடும். "அழகான குழந்தை, கண்ணனை யாராவது அடிப்பார்களா, மாமி? அவனைப் பார்க்காமல், அவனோடு பழகாமல், அவன் பேச்சைக் கேட்காமல் இருக்கிற நமக்கே அவனிடம் அத்தனை ஆசையாக இருக்கிறதே. அவனை வளர்த்த அம்மாவுக்கு இருக்காதோ? அவனைக் கட்டிப்போட்டு

அடித்தாளாமே! என்ன கல் மனசு பாருங்கள்." கொஞ்சம் மௌனம் ; பின் கட கட வென அவள் கண்ணில் நீர் பெருகும்.

'கிருஷ்ணாவதாரத்தில் கண்ணனுடன் விளையாடிய கோபிகளில் ஒருத்திதான் இப்படி வந்திருக்கிறாளோ!' என்று கூட நான் நினைப்பேன். ஒன்பது வயசுச் சிறுமிக்குப் பொம்மை யென்றும் பூவென்றும், துணியென்றும் மணியென்றும் ஆசை இருக்காதோ? அவள் ஆசையே அலாதி. பொம்மை முதலியவற்றில் ஆசையில்லை யென்றா சொன்னேன்? உண்டு, உண்டு. ஆனால் எல்லாம் கண்ணனுக்காகத்தான். கிருஷ்ண பொம்மை யென்றால் வைத்துக் கொண்டு கூத்தாடுவாள். அதற்கு நகை பூட்டுவாள். வித விதமான அலங்காரம் செய்வாள். பூச்சூட்டுவாள்.

ஆம்; பூவைக் கோத்து மாலை கட்டிக் கண்ணனுக்கு அலங்காரம் பண்ணுவாள். இத்தனை திறமை இவளுக்கு எங்கிருந்து வந்ததென்று ஆச்சரியமாக இருக்கும். எப்படித்தான் பொறுமையாக அந்த அலங்காரத்தைச் செய்வாளோ!

அந்தப் பூமாலை தான் என்னையும் அம்புஜத்தையும் பிணைத்தது. எங்கள் வீட்டில் இவருக்குப் பாங்கியில் வேலை. காலையில் ஏழரை மணிக்கே போய் விடுவார். பதினொரு மணிக்கு வருவார். அவள் ஏழு மணிக்கே வந்து விடுவாள். எங்கள் வீட்டுக் கொல்லையில் பவள மல்லிகை மரம் ஒன்று இருந்தது. ராத்திரியாகிவிட்டால் கம்மென்று பூத்துக் குலுங்கும். ஒரு மைல் தூரத்துக்கு அதன் வாசனை பரவும்.

காலையில் எங்கள் வீட்டுக்கு வந்தால் நேரே அந்த மரத்தடிக்குப் போய்விடுவாள். பூ பொல பொலவென்று உதிரும், பெரிய புட்டிக் கூடை நிறையப் பொறுக்கிச் சேர்ப்பாள். கூட யாராவது வருவார்கள். ஆனால் அப்படி வருகிற குழந்தைகளுக்கு அவளைப் போல அத்தனை பொறுமை இராது. சில நாள் ஒருவருமே வரமாட்டார்கள். அவள் தனியே தான் பொறுக்குவாள். நான் இவருக்குச் சுச்ரூஷை செய்து அனுப்பிவிட்டு மரத்தடிக்குப் போனால் அநேகமாக எல்லாப் பூவையும் பொறுக்கியிருப்பாள். கொஞ்ச நஞ்சம் விட்டுவிட்டுப் போக அவளுக்கு மனசே வராது. நானும் ஏதோ பேருக்குப் பொறுக்கி அவள் கூடையில் போடுவேன்.

"கல்யாணி மாமி, நேற்றைக்கு என்ன கதை தெரியுமோ? கண்ணன் சத்தியபாமைக்காகப் பாரிஜாத மரம் கொண்டு வந்து நட்டானாம். அது என்ன ஆச்சுத் தெரியுமா? மரம் சாத்தியபாமை வீட்டில்; பூவெல்லாம் ருக்மிணி வீட்டில் கண்ணன் திருட்டுத்தனம் பார்த்தீர்களா?" என்று ஒரு நாள் பூப்பொறுக்கிக்கொண்டே அவள் சொன்னாள்,

"அந்தக் கதை என்ன? இப்போதுதான் பாரேன். இந்தப் பாரிஜாத மரம் எங்கள் வீட்டில் இருக்கிறது. நான் ஜலம் விட்டுக் காப்பாற்றுகிறேன். ஆனால் பூவெல்லாம் உங்கள் வீட்டுக்குப் போய்விடுகிறது!" என்று சிரித்துக் கொண்டே நான் சொன்னேன்.

"போங்கள், மாமி நான் உங்களை எடுத்துக்கொள்ள வேண்டாமென்றா சொன்னேன்? நீங்கள் உத்தரவு தந்ததனால் தானே நான் இங்கே வந்து பொறுக்குகிறேன்?"

“ஆமாம். அந்தக் கதையில் அடுத்த வீட்டுக்காரிக்கு உபயோகப்பட்டது பூ. இங்கே நாலு தெருத் தாண்டிய போகிறது. பூ. அந்த ருக்மிணியைக் காட்டிலும் இந்த அம்புஜத்தினிடம் கண்ணனுக்குப் பிரியம் அதிகம்”

அவள் பூப் பொறுக்கிக் கொண்டிருந்தவள் அப்படியே நின்று விட்டாள். அந்தக் குழந்தை மனசில் என்னவெல்லாம் கற்பனை செய்துகொண்டாளோ!

“என்ன, சும்மா நிற்கிறாயே ! இந்த மரம் உங்கள் வீட்டில் பூவைக் கொண்டு போய்ச் சொரியாது. இது பட்டணத்து மரம். பொறுக்கிக் கொண்டு தான் போக வேண்டும்” என்று அவளை இந்த உலகத்துக்கு இழுத்து வந்தேன். அவள் உடனே என் பரிகாசப் பேச்சுக்கு ஏற்றபடி, “ஆமாம், பட்டணத்தில் குடியிருக்கிறவர்கள், தாங்கள் வேறொருவர் வீட்டில் குடியிருக்கும் ஞாபகமே இல்லாமல் வீட்டைச் சொந்த வீடாகவே எண்ணிக் கொள்வார்கள்” என்று தானும் வேடிக்கையாகப் பேசினாள்.

உடனே எனக்கு ஒரு விஷயம் ஞாபகத்துக்கு வந்தது. “அம்புஜம், இந்த வீட்டுக்காரரும் அவருடைய சம்சாரமும் வடக்கேயிருந்து இந்த ஊருக்கே வருகிறார் களாம். அவர் 'ரிடையராகி வருகிறார். இதுவரையில் இந்த வீடு முழுவதும் எங்களுடைய சுவாதீனத்தில் இருந்தது. எல்லா இடங்களிலும் பழகினோம். இனிமேல் அவர்கள் இஷ்டப்படி நடக்க வேண்டும். எங்கள் இடத்தோடு நாங்கள் நின்று விட வேண்டும்” என்றேன்.

“ஏன், அவர்களுக்கு இடம் போதாதா? குழந்தை குட்டிகள் அதிகமோ?” என்று கேட்டாள் அம்புஜம்.

“குழந்தையும் இல்லை; குட்டியும் இல்லை. ஊராருக்கு உபகாரம் பண்ண அவர்களுக்கு மனசே வராதென்று எங்கள் அகத்து மாமா சொல்கிறார். இவர் பாங்கியிலேதான் ஊர்ப்பட்ட பணம் சேர்த்து வைத்திருக்கிறாராம், அந்த மனிதர்.”

“எப்படி இருந்தாலும் உங்கள் குணத்துக்கு எல்லோரும் சிநேகமாகிவிடுவார்கள்.”

“வரப்போகிற கிழவரையா சொல்லுகிறாய்?” என்று சிரித்தபடியே கேட்டேன்.

அவளும் சிரித்தபடியே, “போங்கள் மாமி, அவருடைய அகமுடையாளை நீங்கள் வசியப்படுத்தி விடுவீர்களென்றல்லவா சொல்லுகிறேன்?” என்றாள். இருவரும் சிரித்தோம்.

***

பெரிய தெரு எங்கே இருக்கிறது, குப்பு முத்து முதலி தெரு எங்கே இருக்கிறது? அங்கே இருந்து அம்புஜம் நாள் தவறாமல் பூவுக்காக வந்துவிடுவாள். பள்ளிக்கூடத்தில் ஐந்தாவதோ ஆறாவதோ வாசிக்கிறாளாம். அவள் தகப்பனார் பள்ளிக்கூடத்து வாத்தியாராம். அம்மா இல்லையாம். அகத்தில் பாட்டி மாத்திரம் இருக்கிறாளாம். இரண்டு தம்பிமார்கள்.

அவளைக் கண்டது முதல் அவளிடத்தில் எனக்கு ஒரு பற்று ஏற்பட்டு விட்டது. அதோடு அவள் தாயில்லாக்

குழந்தை என்பது தெரிந்தது முதல் இரக்கமும் சேர்ந்து கொண்டது. பாவம்! தாய் அன்புக்கு ஏங்கிய உள்ளம் கண்ணன் நினைவில் திருப்தியடைய எண்ணுகிறதோ!

உண்மையைச் சொல்லப் போனால் எனக்குக் கண்ணனிடத்தில் பிரமாத பக்தி ஒன்றும் இல்லை. ஏதோ பெரியவர்கள் சொல்லிக் கொடுத்தபடி தெய்வத்துக்குப் பயப்படத் தெரியும். பிள்ளையார், சிவன், பெருமாள் என்று சொல்லத் தெரியும். கோவிலுக்குப் போவேன்; அர்ச்சனை செய்வேன்.

அம்புஜம் மெல்ல மெல்ல என் உள்ளத்திலும் கண்ணன் நினைவைப் புகுத்தினாள். அந்தத் தியானமோ என்னவோ பகவான் கண் பார்த்தார். எங்கள் வீட்டில் ஒரு கண்ணன் உதயமானான். அவளோடு பழகின ஒரு வருஷத்தில் இந்தச் சம்பவம் நடைபெற்றது. நான் வெளியூருக்குப் போகவில்லை. என் தாய் ஊரிலிருந்து என் சகாயத்துக்கு இங்கே வந்திருந்தாள்.

எங்கள் கண்ணனிடத்தில் அம்புஜத்துக்கு உண்டான பிரேமைக்கு அளவே இல்லை. குழந்தையைக் குலுக்கிக் கொஞ்சிக் கசக்கி விடுவாள். எல்லாவற்றுக்கும் நான் இடம் கொடுப்பேன். அவளைக் கடிந்துகொள்ள யாருக்குத்தான் மனசு வரும்?

வீட்டுக்குச் சொந்தக்காரர் வந்துவிட்டார். வடக்கே வாழ்ந்தவராகையால் ஆசார விவகாரத்தில் அவருக்கு அபிமானமே இல்லை. மீசை வைத்துக் கொண்டிருந்தார் பிராம்மணர். அவருக்கும் எங்கள் வீட்டில் இவருக்கும் நெருங்கிய பழக்கம். நான் மாத்திரம் மனிதரையே

பார்த்ததில்லை. அவருடைய மனைவியோ மகா சாது. நல்லதும் தெரியாது; பொல்லாததும் தெரியாது.

வந்து சேர்ந்தார்கள். அவர்கள் வந்ததில் என் மனசுக்கு என்னவோ சங்கடமாக இருந்தது. சர்வ சுதந்தரத்துடன் அந்த வீட்டை ஆண்டு அனுபவித்துக் கொண்டிருந்தோம். இனிமேல் அப்படிச் செய்ய முடியாதே இங்கே வராதே, அங்கே குப்பையைப் போடாதே என்று அவர் கள் சொல்ல ஆரம்பித்தால்?

நல்ல வேளை! வந்த அம்மாள் அப்படி ஒன்றும் சொல்லவில்லை. அந்தப் பிராம்மணரும் அப்படிப் பொல்லாதவரென்று தோன்றவில்லை.

வந்து ஒரு வாரம் ஆயிற்று. ஒருநாள் வழக்கம் போல அம்புஜம் வந்தாள். அவளைக் கண்டவுடன் வீட்டுக்காரர், "இந்தக் குட்டி யார்? தினந்தோறும் வருகிறாளே!" என்று கேட்டார்.

"பெரிய தெருவிலிருந்து வருகிறேன், தாத்தா" என்று கூசாமல் பதில் சொன்னாள்.

அவர் முகம் ஏன் அப்படிச் சுளிக்க வேண்டும்? அவர் கை மெதுவாக மீசையைத் தடவிக் கொடுத்தது.

"போக்கிரிப் பெண்ணாய் இருக்கிறாயே!" என்று கோபத்தோடு சொன்னார்.

அந்த வார்த்தை என் காதில் விழுந்த போது எனக்கு என்னவோ போல் இருந்தது. அவள் அதைச் சட்டை

பண்ணாமல் விறுவிறு வென்று மரத்தடிக்குப் போய் விட்டாள்.

என் மனசு சரியாக இல்லை. 'பாவம்! அந்தத் தாயில்லாப் பெண்ணிடம் சள்ளென்று விழுந்தாரே அவர்; என்ன காரணம்?' என்று யோசித்து யோசித்துப் பார்த்தேன். அவரைத் தாத்தா என்று சொல்லி அழைத்தாளே, அதற்குத்தான் அவர் கோபம் கொண்டிருக்க வேண்டும் என்று ஊகித்தேன். பிள்ளை இல்லாதவர்கள் பல் விழுந்தாலும் இளமை கொண்டாடுவார்கள் என்று கேட்டிருக்கிறேன். அது நினைவுக்கு வந்தது. நான் அழுவதா, சிரிப்பதா? அம்புஜத்திடம் மாத்திரம் சொல்லி வைத்தேன்; "அவரை இனிமேல் தாத்தா என்று கூப்பிடாதே" என்றேன்.

இன்னும் இரண்டு நாள் சென்றன. புழைக் கடைப் பக்கம் பூப்பறிக்க அம்புஜம் வேகமாகச் சென்று கொண்டிருந்தாள். அந்தப் பிராம்மணர் சட்டென்று அவளைப் பார்த்து, "ஏ குட்டி, என்ன அவ்வளவு சுதந்தரத்தோடு நீ பாட்டுக்குப் போகிறாயே. யாரைக் கேட்டுக் கொண்டு போகிறாய்?" என்றார்.

"கல்யாணி மாமியைக் கேட்டேன், மாமா" என்றாள் குழந்தை.

"என்னையல்லவா கேட்க வேண்டும்?" என்று உரிமை பேசினார் கிழவர்.

"உங்களையா? சரி, கேட்கிறேன்; எங்கள் கண்ணனுக்குப் பூமாலை கட்டிச் சாத்துகிறேன். அதற்காகத் தான் பூப்பொறுக்குகிறேன். பவளமல்லிகைப் பூ,

பகவானுக்காகத்தானே ஏற்பட்டிருக்கிறது? அதை நாங்களெல்லாம் வைத்துக் கொண்டால் உடனே வாடிப் போகும். பகவானைச் சேர்ந்தால்தான் அதற்கே சந்தோஷம். பக்தர்கள் மனசு மாதிரி மிருதுவான பூ அது.''

இதென்ன! அம்புஜம் பிரசங்கமல்லவா செய்கிறாள்? எனக்கு அதைக் கேட்டு உடம்பு புல்லரித்தது.

''அடியே... இந்தக் குட்டி என்ன, வாயாடியாக இருக்கிறதே! சரி, சரி, போ'' என்று சொல்லி அந்தக் கிழவர் உள்ளே போய் விட்டார்.

அன்று ஞாயிற்றுக்கிழமை. வீட்டுக்காரப் பிராம்மணர் எங்களவரோடு பேசிக் கொண்டிருந்தார். ''என்ன, விசுவநாதன், இந்த வீட்டில் சில சில்லறை 'ரிபேர்' செய்யலா மென்றிருக்கிறேன். முக்கியமாகக் கொல்லைப் புறத்தை ஒழுங்குபடுத்த வேண்டும். அந்த மரம் இருப்பது பெரிய ஆபாசமாக இருக்கிறது. தினந்தோறும் ஊர்ப்பட்ட இலை விழுந்து சாக்கடையை அடைத்துக்கொள்கிறது. அதை வெட்டி விடலாமென்று நினைக்கிறேன்.''

ஹா! எனக்குச் சுரீரென்றது. 'அட, படுபாவிப் பிராம்மணா'

எங்களவர் என்ன சொல்லப் போகிறாரென்று கவனித்தேன்.

''எவ்வளவோ காலமாக இருக்கிறது. நிறையப் பூக்கிறது. அதை வெட்டலாமா?'' என்றார் இவர்.

“ஆமாம் அது பூத்து யாருக்குப் பிரயோசனம்? சம்பங்கியா, மல்லிகையா, ரோஜாவா? இந்தப் பூவை யார் வைத்துக் கொள்கிறார்கள்?”

“அதற்கில்லை. யாராவது நாலு பேர் பூஜைக்கென்று பொறுக்கிக் கொண்டு போகிறார்கள்.”

“அதுவுந்தான் தொந்தரவு. காலையில் எழுந்தவுடன் குளிக்கிற இடத்தில் கிழவிகளும் குழந்தைகளும் வந்தால் நாம் எப்படி நம் வேலையைப் பார்க்கிறது?”

எங்களவர் ஒன்றும் பேசவில்லை. நான் பல்லைக் கடித்துக் கொண்டேன். ‘இவர் இப்படி மழுங்குணி மாங்கொட்டையாக அவர் சொல்கிறதைக் கேட்டுக் கொண்டிருக்கிறாரே!’ என்று கோபம் கோபமாக வந்தது.

மறுநாளே கிழவர் அம்புஜத்துக்கு உத்தர விட்டுவிட்டார்; “இந்தா, இனிமேல் பூப்பொறுக்க வராதே மரத்தை வெட்டப் போகிறேன். நாளை முதல் இங்கே வந்து பூப்பொறுக்கக் கூடாது” என்று கடு கடுப்பாகச் சொன்னார்.

குழந்தை பதறிப்போய் ஓடி வந்தாள். “மாமி, இனி நான் என்ன செய்வேன்! என் கண்ணனுக்காகவே இந்தப் பாரிஜாத மரம் முளைத்திருக்கிறதென்று நினைத்தேனே! மாமி, என் கண்ணனுக்குப் பூவைத் தந்த இந்த மரத்துக்கு இந்தக் கதியா வரவேண்டும்! பூவும் மொட்டுமாகக் குலுங்கும் மரத்தை வெட்ட ஒருத்தருக்கு மனசு கூட வருமா?” என்று புலம்பித் தீர்த்தாள். கிழவர் எங்கோ வெளியில் போய்விட்டார்.

மறுநாள் அம்புஜம் காலையில் வரவில்லை. எனக்குத் தான் இழவு விழுந்தது போல இருந்தது. கொல்லைப்பக்கம் போனேன். மலர்ப் படுக்கை போட்டாற்போல் பூ உதிர்ந்திருந்தது. நான் அவற்றைப் பொறுக்கினேன். பொறுக்கும்போதே என்னை அறியாமல் கண்ணீர் விட்டேன். அவ்வளவையும் பொறுக்குவது என்ன, சுலபமான காரியமா? குழந்தை, நவீன கோபிகை போல் வந்த அம்புஜம், சிரமத்தைப் பாராமல் சிரத்தையோடு பொறுக்கினாளே! எனக்கு இடுப்பு வலித்தது. பொறுக்கினவரைக்கும் போதுமென்று எடுத்துக்கொண்டு பெரிய தெருவுக்குப் போனேன், அம்புஜத்தின் வீட்டுக்குத்தான். அவள் பள்ளிக்கூடம் போயிருந்தாள். அவள் பாட்டியிடம் பூவைக் கொடுத்துவிட்டு, "பாட்டி, அம்புஜத்தைச் சாயந்தரம் தவறாமல் வரச்சொல்லுங்கள். நானே பூவைக் கொண்டுவந்து தருகிறேனென்று சொல்லுங்கள்" என்று சொல்லிவிட்டு வந்தேன். அந்த வார்த்தை அம்புஜத்திற்கு ஆறுதல் அளிக்கும் என்று நினைத்தேன். ஆனால் எத்தனை நாளைக்கு நான் பூவைக் கொண்டுபோய்க் கொடுக்க முடியும்? அந்தக் கிராதகப் பிராம்மணர் மரத்தையே வெட்ட ஏற்பாடு செய்து கொண்டிருக்கிறாரே!

அன்று மாலை அம்புஜம் வரவில்லை. எனக்குப்போதே போகவில்லை. அவளைப் பார்க்காமல் ஒரு நாள் கூட இருந்ததில்லை. எங்கள் குழந்தையைக் கொஞ்சாமல் அவளுக்கும் போது போகாது. அப்படி இருக்க, அவள் வரவில்லை. சாயங்காலம் அவளைப் பார்க்க வேண்டுமென்று நினைத்தேன். யாரோ சொந்தக்காரர்கள் வந்துவிட்டார்கள். கைக்காரியமும் ஒழியவில்லை.

மறுநாள் காலையில் சீக்கிரம் அம்புஜத்தின் வீட்டுக்குப் போனேன். "அவள் சிநேகிதி ஒருத்தி வீட்டுக்குப் போயிருக்கிறாள்" என்று பாட்டி சொன்னாள். கொண்டு போன பூவைக் கொடுத்தேன். வேலை இருந்ததால், சாயங் காலம் அம்புஜத்தை அனுப்பச் சொல்லி, வந்து விட்டேன்.

நல்ல கடுவெயில்; மணி மூன்று இருக்கும். அம்புஜம் வேர்க்க விறுவிறுக்க, "மாமி, மாமி!" என்று கத்திக் கொண்டே ஓடி வந்தாள்.

"என்னடி கண்ணே! இப்படி என்னை மறந்துவிட்டாய்?" என்று அவளைக் கட்டிக்கொண்டேன். எனக்கு ஏன் அப்போது தொண்டையை அடைத்தது, அழுகை வந்தது என்று தெரியவில்லை.

"மாமி, மாமி, சுந்தரமூர்த்தி விநாயகர் கோவில் தெரு தெரியுமா? அங்கே என் சிநேகிதி வீட்டில் பவளமல்லிகை இருக்கிறது, மாமி. எங்கள் கண்ணனுக்கு இனிமேல் அந்தப் பூவைத்தான் சாத்தப் போகிறேன். இரண்டு நாளாக எனக்காக இங்கேயிருந்து கொண்டு வந்து கொடுத்தீர்களே! உங்களுக்கு இனிமேல் அந்தச் சிரமம் வேண்டாம். கண்ணன் இடம் காட்டி விட்டான், மாமி" என்று படபட வென்று கூறினாள்.

இரண்டு நாளாக அவள் பவளமல்லிகை எங்கே கிடைக்கும் என்று தேடியிருக்கிறாள், பாவம்!

"அப்படியானால்..." மேலே எனக்கு வார்த்தை வரவில்லை. என் அருமை அம்புஜத்தைத் தினந்தோறும்

பார்க்கும் சந்தர்ப்பம் இனிமேல் கிடைக்காதா? ஒருகால் அவள் கண்ணனுடைய ஞாபகத்தில் என்னையே மறந்துவிடுவாளோ? எங்கள் வீட்டுக் கண்ணனைக்கூடவா மறந்துவிடுவாள்?

அட பாழும் பிராம்மணா உனக்கு இந்தவயசில் இந்தக் குழந்தையின் பூப்போன்ற மனசு தெரியவில்லையே! பூ மரத்தை வெட்ட எண்ணுகிறாயே! அந்தக் குழந்தை எவ்வளவு அழகாகச் சொன்னாள்! அந்தப் பூ மனிதருக்குப் பயன்படாதாம்; தெய்வத்துக்காகவே இருக்கிறதாம்! மிகவும் மிருதுவான பூவை ஏற்கும் கண்ணபிரான், அம்புஜத்தின் இருதயத் தாமரையின் மென்மையிலும் ஆனந்தம் அடைகிறான். இதை அந்த மனித மிருகம் உணரவில்லையே! பூவைக் கண்டு வெறுப்பது மனித சுபாவமென்று சொல்லலாமா? அசுர சுபாவம் அது; சே, சே! கொடூரமான ராக்ஷஸ சுபாவம்!.

“மாமி, நான் பள்ளிக்கூடத்திலிருந்து இதைச் சொல்லத்தான் வந்தேன். சாயங்காலம் முடிந்தால் வருகிறேன்” என்று என் எண்ணத்தைக் கலைத்தாள் அம்புஜம்.

“மறந்துவிடாதே என்னை. வந்து போய்க்கொண்டிரு” என்று தழுதழுத்த குரலில் கூறினேன்.

“என்ன, அப்படிச் சொல்லுகிறீர்கள்? இரண்டு நாளைக்கு ஒரு தடவையாவது வந்து பார்க்கிறேன்” என்று அபயம் கொடுத்தாள் அம்புஜம்.

இரண்டு நாட்கள்: மறுநாள் வரவில்லை; அடுத்த நாளும் அவள் வரவில்லை. மறுநாள், நான் போய்ப் பார்ப்பதாக

எண்ணியிருந்தேன். இடி விழுந்தாற்போலச் சமாசாரம் வந்தது. ‘அம்புஜம் பூப்பொறுக்கப் போகும் போது மோட்டார் வண்டியில் அகப்பட்டுக்கொண்டாள்’ என்ற திடுக்கிடும் செய்தி வந்தது. நான் மூர்ச்சை போட்டு விழுந்திருக்கவேண்டும். விழவில்லை. ஆனால் ஆவேசம் வந்தவளைப் போல என் குழந்தையை இடுப்பில் இடுக்கிக் கொண்டு ஓடினேன். எப்படி அவ்வளவு வேகமாக ஓடினேனென்று எனக்கே தெரியவில்லை. இங்கே புறப்பட்டவள் அம்புஜத்தின் வீட்டுக்குள் போய் நின்றேன். “என் கண்ணே!” என்று கத்தினேன். அம்புஜம் கட்டிலின் மேல் கிடந்தாள்.

வழக்கம்போல, சுந்தரமூர்த்தி விநாயகர் கோவில் தெருவுக்குப் புறப்பட்டாளாம். பைகிராப்ட்ஸ் ரோடில் போகும் போது ஒரு கார் அவள் மேல் ஏறிவிட்டதாம். படுபாவி யாரோ வேகமாக வந்தவன் ஏற்றிவிட்டானாம். நல்ல வேளை! உயிருக்கு ஆபத்தில்லை. குழந்தை அந்த நிலையிலும் சாமர்த்தியமாகத் தப்ப எண்ணியிருக்கிறாள். அடுத்து ஒரு ரிக்ஷா வரவே அதன்மேல் மோதி விழுந்து விட்டாள். மோட்டார் காலைச் சிராய்த்துக் கொண்டு போய்விட்டது. காலில் எலும்பு ஏதாவது முறிந்துவிட்டதோ என்னவோ தெரியவில்லை. ஆஸ்பத்திரியிலிருந்து கட்டுக்கட்டி அனுப்பியிருந்தார்கள். அம்புஜத்தின் தகப்பனார், டாக்டரிடம் விவரம் தெரிந்து கொள்ளப் போயிருந்தார்.

நான் போனபோது குழந்தை களைப்பினால் கண்ணை மூடி அயர்ந்து படுத்திருந்தாள். அவள் பக்கத்தில் கண்ணன் பொம்மை இருந்தது. அந்தப் பொம்மையைக் கண்ட போது, என் அறியாமையால் அப்படியே அதை உடைத்து விடலாமா என்று நினைத்தேன். பிறகு

அம்புஜத் தோடு பழகின வாசனை, வேறு எண்ணத்தைக் கொண்டு வந்து விட்டது. அந்தக் கண்ணன் தான் அவள் உயிருக்கு ஹானி வராமல் காப்பாற்றியிருக்க வேண்டும்.

பக்கத்தில் சிறு பெண்களும் பக்கத்து வீட்டு மனிதர்களும் கூடியிருந்தார்கள். பாட்டி புலம்பினபடியே அம்புஜம் காரில் அகப்பட்ட கதையை யார் யாருக்கோ சொல்லிக்கொண்டிருந்தாள். அம்புஜத்தின் பக்கத்தில் அவர்களை விடாமல் அவள் பள்ளிக்கூடத்து வாத்தியாரம்மாள் பாதுகாத்துக் கொண்டிருந்தாள். வெளியே தாழ்வாரத்தில் ஆளுக்கொரு பேச்சுப் பேசிக்கொண்டிருந்தார்கள். எப்பொழுது எப்பொழுதோ நடந்த கார் விபத்துக்களின் கதைகளைச் சொல்லிக்கொண்டிருந்தார்கள்,

ஒரு வயசான சுமங்கலி, “இப்படியும் ஒரு பிராம்மணன் உண்டோடி? தன் வீட்டில் பூப்பொறுக்கப்படா தென்று சொல்லிவிட்டானாமே! அதைத் தலையிலே தூக்கிக் கொண்டா போகப் போகிறான்?” என்று சொன்னாள். எங்கள் வீட்டுப் பிராம்மணர் பிரபாவந்தான் அவ்வளவு தூரம் பரவியிருக்கிறதென்று உணர்ந்து கொண்டேன்.

மெல்ல அம்புஜத்திற்கு அருகில் வந்தேன். வாத்தி யாரம்மாளிடம் என்னைப்பற்றி முன்பே அம்புஜம் சொல்லியிருக்கிறாள். நானும் பார்த்திருக்கிறேன். அவள் பக்கத்தில் பேசாமல் நின்று கொண்டேன். கண்ணில் நீர் மல்க, அம்புஜத்தின் மேல் வைத்த கண் வாங்காமல் பார்த்தபடியே நின்றிருந்தேன், என் கண்மணி, என் மேல் வைத்த பிரியமோ என்னவோ, அது வரையில் கண்ணைத் திறக்காதவள், “அம்மா” என்று சிணுங்கியபடியே கண்ணைத் திறந்தாள். அவளுக்கு அம்மா இல்லை. நான்

தான் முன்னே நின்றேன். "கண்ணா!" என்று அடுத்தபடி மெல்லச் சொன்னாள். என் கையில் உள்ள குழந்தை களுக்கென்று சிரித்தது. இந்த உலகத்து நிகழ்ச்சியைக் கண்டா கண்ணன் சிரித்தான்?

"மாமி, நீங்களா? பூக்கொண்டு வந்தீர்களா?"

பூவைக் கொண்டு வருவதா? எனக்குத்தான் ஒன்றுமே புரியாமல் ஓடி வந்திருக்கிறேனே! குழந்தைக்குப் பூவின் மேல் தான் எத்தனை ஆசை! "கொண்டுவந்திருக்கிறார்" என்று சடக்கென்று வாத்தியாரம்மாள் பதில் சொல்லி, என் அசட்டுத்தனத்தால் விளைய இருந்த ஆபத்தினின்றும் காப்பாற்றினாள்.

***

பார்த்தேன், கண்ணீர் விட்டேன். இரண்டு வார்த்தை பேசினேன். வீட்டுக்கு வந்தேன். வந்தது முதல் புலம்பித் தீர்த்தேன். என் ஆத்திரத்தைக் கொட்டினேன். வீட்டுக்காரரர் கொடுமையைப்பற்றி என்ன என்னவோ சொன்னேன்.

"கண்ணனுக்குக் கண் குருடாகிவிட்டது. குழந்தையின் ஆசையை அறியாதவனா அவன்? தனக்குப் பூவைத் தந்த மரத்தை இரக்கமில்லாமல் வெட்டப் போவதைக் கண்ணன் தடுக்கவில்லை; தன்னையே சதா தியானிக்கும் சிறுமியின் காலை ஒடித்த காரையும் தடுக்கவில்லை. இதுவா நியாயம்? அநியாயம் செய்பவர்கள், பச்சை மரத்தை வெட்டுகிறவர்கள், பக்திமான்களைத் துன்புறுத்துகிறவர்கள் – இவர்கள் தம் மனம் போல நடமாடக் காலைக் கொடுத்த தெய்வம், மகா

பக்தையாகிய இந்தக் குழந்தையின் காலுக்கா ஊனம் உண்டாக்க வேண்டும்?"

என்ன வந்தாலும் வரட்டுமென்று தான் கத்தினேன். கிழவர் காதில் என் வார்த்தை பட்டதோ என்னவோ தெரியவில்லை. அன்று மாலை அந்தப் பிராம்மணருடைய மனைவி என்னிடம் வந்தாள். "அந்தக் குழந்தை வீடு எங்கே இருக்கிறது?" என்று கேட்டாள்.

"எந்தக் குழந்தை?" என்று தெரியாதவளைப்போலக் கேட்டேன்.

"அம்புஜம்."

கடுகடுப்போடு இடத்தைச் சொன்னேன். உடனே ரிக்ஷாவில் ஏறிக்கொண்டு அந்த அம்மாள் அம்புஜத்தைப் போய்ப் பார்த்து வந்தாள். நான் பிறகு போனேன். அந்த அம்மாள் மிகவும் பிரியமாகப் பேசினதாகச் சொன்னார்கள். "மரத்தை வெட்டி விட்டீர்களா?" என்று அம்புஜம் கேட்டாளாம். "இல்லை" என்று பதில் சொன்னாளாம்.

நான் சிறிது நேரம் அம்புஜத்தோடு பேசிவிட்டு வந்தேன். காலில் எலும்பு முறிந்திருக்காது என்று டாக்டர் சொன்னதாகத் தெரிந்து ஆறுதல் பெற்றேன்.

இது என்ன ஆச்சரியம்! ஒருநாளும் இல்லாத திரு நாளாக வீட்டுக்கார அம்மாள் பவள மல்லிகை மரத்துக்கடியில் காலையில் பூப்பொறுக்கிக்கொண்டிருந்தாள், அந்தக்

கிழவர் தூரத்தில் நின்றபடியே, "நாழிகையாகி விட்டது" என்று சொல்லிக்கொண்டு நின்றார்.

சில நிமிஷங்களில் இருவரும் பூவோடு புறப்பட்டார்கள். நான் ஒரே ஆச்சரியத்தில் மூழ்கிப் போனேன். அவர்கள் ரிக்ஷாவில் போனார்கள். எனக்கு என்ன நடக்கிறதென்று பார்க்க ஆசை. நானும் ஒரு ரிக்ஷாவைத் துக்கொண்டு பின் தொடர்ந்தேன். வேலைக்காரியிடம் குழந்தையை விட்டு விட்டு வீட்டைப் பார்த்துக்கொள்ளச் சொல்லிவிட்டுப் போனேன். அந்த இரண்டு பேரும் அம்புஜத்தின் வீட்டில் இறங்கினார்கள். நான் வேகமாகவே முன்னால் போனேன்.

இருவரும் உள்ளே நுழையும் போது பூக்கூடையை வீட்டுக்காரரர் கையில் வாங்கிக்கொண்டார். அம்புஜத்துக்குப் பக்கத்தில் சென்றார். அவர் கால் பின்னலிட்டது. அப்படியே கூடையை அவளருகில் வைத்தார். நிற்கமுடியாமல் உட்கார்ந்து விட்டார்.

இதென்ன? அவர் விக்கி விக்கி அல்லவா அழுகிறார்? எனக்கு இது கனவா நனவா என்று விளங்கவில்லை. "குழந்தே, நான் பாவி! குழந்தையில்லாத பாவி! உன் பூப்போன்ற உள்ளத்தை வாட்டினேன். உன் காலை ஒடித்தவன் கார்க்காரன் அல்ல. நான் தான். இந்தா, அம்மா! இந்தப் பூவை வைத்துச் சொல்கிறேன். உன் மனசை நோகச் செய்ததற்குக் கடவுள் எனக்குத் தண்டனை தரட்டும். உன் கால் சௌக்கியமாகட்டும்.. நீ மான்குட்டி துள்ளுவது போல மறுபடியும் என் வீட்டுக்கு வந்து பூப்பொறுக்குவதை நான் பார்க்க வேண்டும்."

அவர் ராட்சசர் என்று நினைத்திருந்தேனே! கடினமான ஓட்டுக்கும் உள்ளே மிருதுவான வழுக்கை இருக்கும் இளநீரோ அவர் மனம்? அன்று என்ன என்னவோ சொல்லிச் சட்டம் பேசினாரே! அவரா இவர்?

“மாமா, மரத்தை வெட்டி விட்டீர்களா?” என்று கேட்டாள் குழந்தை.

“தாத்தா என்றே சொல் அம்மா! நான் இனிமேல் இளமை கொண்டாட மாட்டேன். மரத்தை வெட்டப் போவதில்லை. நெடுமரமாக நிற்கும் என்னை வெட்டினாலும் வெட்டலாம்; உன்னைப்போன்ற குழந்தைகளுக்கும் கண்ணனுக்கும் பிரியமான அந்த மரத்தை வெட்டுவது மகா பாவம்!”

இதையெல்லாம் அவர் எங்கே தெரிந்துகொண்டார்? முன்பு தெரியாமற் போயிற்றா? திடீரென்று ஞானோதய மாயிற்றா? அம்புஜத்தின் பக்தி ரஸவாத வித்தையைச் செய்து விட்டதா? கண்ணா உன் திருவிளையாடலைக் கதையிலே காண்பானேன்? இதோ காண்கிறேனே! இதைக் காட்டிலும் ஆச்சரியம் ஏது?.

அம்புஜம் கால் சொஸ்தமாகி எழுந்தாள். காலில் ஆடுசதையில் தழும்போடு அவளுக்கு வந்த விபத்து நின்றது. கண்ணன் அவளைக் காப்பாற்றினான். அந்தக் கால் தழும்பைக் காட்டிலும் எங்கள் வீட்டுச் சொந்தக்காரரின் உள்ளத்தில் பட்ட தழும்புதான் ஆழமானது. இப்போது அம்புஜம் தினந்தோறும் எங்கள் வீட்டுக்கு வந்து பூப் பொறுக்கிப் போகிறாள். என்னைப் பார்க்கிறாளோ இல்லையோ, அந்தக் கிழவரைப் பார்த்து

இரண்டு வார்த்தையாவது பேசாமல் போகிறதே இல்லை.

கழுத்தில் ருத்திராட்ச மாலையும் நெற்றியில் விளக்கமான திருநீறும் அணிந்து கொண்டு தூய்மையான ஆடைகளுடன் அமர்ந்து வைத்தியநாத முதலியார் தேவார பாராயணம் செய்து கொண்டிருந்தார். ஒவ்வொரு நாளும் அதிகாலையிலே நீராடிவிட்டுப் பூஜை செய்து தேவார பாராயணம் செய்வது முதலியார் வழக்கம். பரம்பரைச் சைவராகிய அவருக்குச் சைவத்தில் அழுத்தமான பற்று. தேவார பாராயணம் பண்ணும் போது அதில் மனம் அழுந்தி ஈடுபடுவார். சில சமயங்களில் உள்ளம் உருகிக் கண்ணீர் விடுவார்.

“புழுவாய்ப் பிறக்கினும் புண்ணியா
நின்னடி என்மனத்தே
வழுவா திருக்க வரந்தர வேண்டும்”

என்று மெல்ல ராகம் போட்டுப் படிக்கும் போது அவருடைய தொண்டையில் களகள சப்தம் உண்டாகும். வார்த்தை தடுமாறும். கண்ணில் குபுக்கென்று நீர் கொப்புளிக்கும். மேலே பாட முடியாமல் தத்தளிப்பார். உண்மையாகவே தெய்வத் திருவருளில் நம்பிக்கையும் தேவார திருவாசகத்தில் பெருமதிப்பும் உடையவர்; இளகிய உள்ளம் உடையவர். ஆதலால் தேவாரத்தில் இப்படிச் சில இடங்கள் வரும் போது அவர் உருகுவார்.

இன்று இப்போது தான் பாராயணம் செய்ய ஆரம்பித்திருக்கிறார். கண் தேவார புத்தகத்தில் சென்றாலும், வாய் பழக்கத்தால் ராகம் போட்டுப் படித்தாலும், அவர் கருத்து எப்போதும் போல அந்தப்

பாட்டின் பொருளிலே அழுந்துவதாகத் தெரியவில்லை. புத்தகத்தையே கூர்ந்து நோக்கிப் பாராயணஞ் செய்யும்போது, பழக்கத்தினால் உருவான இடங்கள் வந்தால் கண்ணை மூடிக்கொண்டு பாட்டைச் சொல்வார். அப்போது தான் அவருக்கு அதிக உருக்கம் உண்டாகும். ஆனால் இன்றோ அவர் கண் புத்தகத்தைப் பார்ப்பதோடு நில்லாமல் இடையிடையே, எதிரே கூடத்தின் மற்றோர் ஓரத்தில் விளையாடிக்கொண்டிருந்த ஒரு குழந்தையின் மேல் பாய்ந்து கொண்டிருந்தது.

நெடுங்காலம் பழக்கமாக இருந்த ஒரு நெறி இப்போது சற்றுத் திறம்புகிறது. அதாவது என்ன வேடிக்கையானாலும் ஒரே நினைவோடு தேவார பாராயணம் செய்யும் அவர், வாய் தேவாரத்தைச் சொல்லிக் கொண்டிருக்க இடையிடையே கண்ணைக் குழந்தையிடத்திலே போக்கினார். அதற்குக் காரணம் அவர் உள்ளம் இப்போது தேவாரத்திற் பதியவில்லை. எங்கெங்கோ சுற்றி வட்டமிட்டுக்கொண்டிருக்கிறது. மின்சாரத்தின் மூல விசையை முடுக்கிவிட்டால் பலபல விதமான பொறிகளும் இயங்குகின்றன; விசிறி சுழல்கிறது; விளக்கு எரிகிறது. இப்படித்தான் அந்தக் குழந்தையின் மேல் பார்வை விழுந்தவுடன் அவர் சிந்தனை பெரு வேகத்தோடு எங்கெங்கோ செல்கிறது. பல வருஷங்கள் பின்னுக்கு இழுத்துச் செல்கிறது. பல பல இடங்களுக்கு அழைத்துப் போகிறது.

இதேமாதிரி ஒரு குழந்தையை அவர் சிந்தனை பற்றுகிறது : முப்பது வருஷத்துக்கு முன்னே பார்க்கிறது. இதே வயசு; மூன்று பிராயம். தளதளவென்று பொலிவு பெற்ற முகமும் பின்னி உச்சிப் பூச் சூட்டிய தலையும் கழுத்தில் சிறிய ருத்திராட்சமும் தங்கச் சங்கிலியும்

நெற்றியில் திருநீறுமாகக் குழந்தை சிரிக்கிறது. பெரிய புராணத்தில் மனத்தைச் சிக்கவிட்ட அவருக்கு, 'திருஞானசம்பந்தர் இப்படித்தான் இருந்தாரோ!' என்ற எண்ணம் உண்டாகிறது. இறைவன் இந்த அழகிய குழந்தையைத் தமக்கு அருள் செய்தாரே என்று நினைந்து உள்ளம் பூரிக்கிறார். சம்பந்தப் பெருமான் யார்? என்றும் இளைய பிரானாகிய முருகனுடைய திருவவதாரம் அல்லவா? வைத்தீசுவரன் கோவில் அவருடைய குல தெய்வ ஸ்தலம். தலைமுறை தலைமுறையாகக் குழந்தைகளுக்கு முடி வாங்கும் இடம். அங்கே உள்ள முருகனுக்கு முத்துக் குமாரசாமி என்பது பெயர். அதே பெயரை அந்தக் குழந்தைக்கு வைத்தார். முத்துக் குமாரசாமி என்று வாய் நிறையக் கூப்பிட வேண்டுமென்று அவருக்கு ஆசை. சோம்பேறி உலகத்தில் அது நடக்கிற காரியமா? பெயரைச் சிதைப்பது தானே மனிதன் இயல்பு? நல்ல வேளையாகக் குழந்தையின் பெயர் அவலட்சணமாகச் சிதையாமல் முத்து என்று நின்றது.

முத்துக்குமாரசாமி வைத்தியநாத முதலியாருடைய ஒரே – மகன் என்பது அப்போது முதலியாருக்குத் தெரியாத சமாசாரம். அவன் முதல் மகன்; ஒரே மகன் என்ற உண்மை பிறகுதான் தெரிந்தது. இப்போது நிச்சயமாகத் தெரிந்த விஷயம்...

எதிரே உட்கார்ந்து விளையாடிக்கொண்டிருந்த குழந்தை பொம்மை மோட்டாரைத் திருக முயல்கிறது; முடியவில்லை. "அம்மா" என்று கத்துகிறது. முதலியார் சிந்தனை உலகத்திலிருந்து நிகழ்கால உலகத்திற்கு வந்தார். தேவாரம் திறந்தபடியே இருக்கிறது. அவர் வாய் பாடவில்லை. சிந்தனை அவரை ஆட்கொண்டிருந்தது.

சுவாரஸ்யமாக வாசித்துக் கொண்டிருந்த போது திடீரென்று பிடிலின் தந்தி அறுந்து போவது போல முப்பது வருஷங்களுக்கு முன் பின்னோக்கிச் சென்று கொண் டிருந்த நினைவு பட்டென்று அறுந்துவிட்டது. ''ஏய்!'' என்று அவர் கூப்பிட்டார்.

'இதோ வந்துவிட்டேன்'' என்று ஒரு பெண் குரல் எதிர் பேசியது.

''குழந்தை எதையோ திருகுகிறான். கையிலே காயம் பட்டுவிடப் போகிறது. இங்கே பார்.''

''இதோ வந்தேன்'' என்று சொல்லிக்கொண்டு அந்தக் குரலுக்குச் சொந்தக்காரியான 45 வயசுக்கு மேற்பட்ட அம்மாள் ஒருத்தி பிரசன்னமானாள். வந்து குழந்தையை அணைத்துக் கொண்டு, ''போக்கிரி, கையைப் பொத்துக்கொள்ளாதே'' என்று சொல்லித் தானே அந்த விசையை முடுக்கிக் கீழே மோட்டாரை ஓடவிட்டாள். அது கிர்ரென்று வட்டமாகச் சுழித்து ஓடியது. "பாத்தி, மோத்தார்; தாத்தா மோத்தார்'' என்று தன் மழலை மொழியால் பேசிக் குதூகலமடைந்தது குழந்தை.

தாத்தா என்ற சொல் முதலியார் காதில் விழுந்தது; அந்த ஒலி மற்றொரு முறை சிந்தனை உலகத்தின் வாசலைத் திறந்துவிட்டது. தேவாரம் திறந்திருந்தும் அதை உள்ளத்திலே மூடிவிட்டு அந்த உலகத்திலே மறுபடியும் புகுந்தார் அவர்.

தாத்தா என்று மழலை மொழியிலே அழைக்கும் இந்த இனிய சொல்லுக்கு முதலியார் தம்மை விஷயமாக வைத்துக்கொள்ள முடியவில்லையே! அப்பா என்று

முப்பது வருஷத்துக்குமுன் அழைத்த குழந்தையின் ஞாபகந்தான் அவருக்கு வந்தது. கிரமமாக இருந்தால் தாத்தா என்று உரிமையோடு அழைக்கும் குழந்தை அவர் வீட்டிலே இருக்க வேண்டும். இதோ முன்னாலே, பழக்கத்தாலே தாத்தா என்று அழைக்கும் குழந்தை இருக்கிறதே என்றால், இது கொண்டாடும் இடத்தில் வந்து பழகும் குழந்தை; அவ்வளவு தான்.

வைத்தியநாத முதலியார் அகக் கண்ணில் முத்து தோன்றினான். எத்தனை ஆசையாக வளர்த்தார்! வளர்ந்த குழந்தைக்கு ஏதாவது குறை இருந்ததா? அப்பொழுதெல்லாம் அவருடைய ஜவுளிக்கடைக்கு மகோன்னத காலம். லக்ஷ்மி தாண்டவமாடிக் கொண்டிருந்தாள். குழந்தைக்கு எதில் குறை வைத்தார்? குழந்தை வளர்ந்து வரவர அதற்குக் கல்வி புகட்டின மாதிரியில் தான் ஏதாவது குற்றம் உண்டா ? ஐந்து வயசில் "தோடு கூற்றுப் பித்தா" மூன்றும் குழந்தைக்குச் சொல்லி வைத்தார். அந்த மூன்று தேவாரப் பதிகங்களின் முதல் பாட்டுக்களை முத்து பாடும் போது முதலியார் சாக்ஷாத் சிவலோகத்தில் இருப்பதாகவே எண்ணிக் கொள்வார். குழந்தையின் எழிலும் அறிவும் வளர்ந்து கொண்டு வந்தன.

இப்போது நினைக்கிறார்: எதற்காகப் பாழும் கோணல் எழுத்தைச் சொல்லிக் கொடுக்கச் செய்தோம் என்று. எதையும் விடாமற் பற்றிக் கொள்ளும் அறிவுடைய முத்துவுக்கு வீட்டிலேயே வந்து வாத்தியார் சொல்லித் தந்தார். பிறகு பள்ளிக்கூடம் போனான். கல்வி அவனுக்கு விளையாட்டாகத்தான் இருந்தது. ஹை ஸ்கூலுக்குப் போனான்; படித்தான். தேர்ச்சி பெற்றான். அந்த மட்டிலாவது நிறுத்தியிருக்கக் கூடாதா? காலேஜ்

படிப்புப் படிக்க வேண்டுமென்று முதலியாருக்கே ஆசை தோன்றிற்று. இவ்வளவு இளமையில் விறுவிறென்று கல்வியில் ஏறி வரும் அவனைத் திடீரென்று நிறுத்துவது பாவம் என்று நினைத்தார். 'படித்து என்ன செய்யப் போகிறான்?' என்ற நினைப்பு ஒவ்வொரு சமயம் எழும். இப்போதே கடையில் உட்கார்த்தினால் நல்லதல்ல என்ற நினைப்பே வெல்லும். ''எத்தனையோ பேர்கள் பிள்ளை படிக்கவில்லையே என்று அங்கலாய்க்க, படிப்பதில் தீவிரமாக இருக்கும் இவனுக்குப் படிக் கும் விஷயத்தில் என்ன குறை? பணத்தில் குறைவா, அறிவில் குறைவா? ஒன்றும் இல்லை, அப்படி இருக்கப் படிக்கவொட்டாமல் செய்வது முட்டாள் தனம்'' என்ற நண்பர்கள் பேச்சும் அவருக்கு ஊக்கத்தை அளித்தது.

சென்னைக்கு அனுப்பினார். இன்டர் பரீட்சை தேறி முடிந்தபோது பையன் கிராப்பு வைத்துக்கொண்டான். அப்பொழுதே முதலியாருக்குச் சொரேரென்றது. ''எல்லோரும் அப்படி இருக்கும்போது இவன் மாத்திரம் குடுமியோடு இருந்தால் இவனைக் கண்டு எல்லோரும் சிரிக்கமாட் டார்களா?'' என்று அவர் மனைவி, குமாரன் பங்கில் வாதித்தாள். ஒருவிதமாகச் சமாதானம் செய்து கொண்டார்.

இன்டர் பரீட்சையில் முதலில் தேர்ச்சி பெற்றுப் பரிசுகள் வாங்கினான். முதலியாருக்கு உண்டான பெருமிதத்துக்கு எல்லை எல்லை. அந்தச் சந்தோஷத்தில் கிராப்பு நினைவெல்லாம் இருந்த இடம் தெரியாமல் மறைந்துவிட்டது. சந்திப்பவர்களெல்லாம் முத்துவுக்குப் பரிசு கிடைத்ததைப் பற்றியல்லவா இப்போது விசாரிக்கிறார்கள்? அவருக்கு எத்தனை கௌரவம்! அது மட்டும் அல்ல. ஒரு புதிய வகையில் பலருடைய சிநேகம்

ஏற்படத் தொடங்கியது. அவனுக்குத் தங்கள் பெண்களைக் கொடுப்பதற்குப் பலர் அடிபோட்டார்கள். உத்தியோகம் செய்பவர், பணக்காரர். மிராசுதார், மில் முதலாளி, கடைக்காரர் – இப்படியாகச் சமுதாயத்தின் மேல் தளத்திலே உலவுகிறவர்கள் பலர் தூதுவிடத் தொடங்கினர். "இப்போது என்ன அவசரம்?" என்று சுருக்கமாக விடை அளித்துவந்தாலும் முதலியாருக்கு உள்ளூற ஆசை ஒன்று இருந்தது. நல்ல குலமாகச் சைவப் பற்றுள்ள குடும்பத்தில் பெண் கொள்ள வேண்டுமென்பது அவர் கருத்து. அதுவும் நல்ல ஸ்தலமாக – திருவாரூரைப் போலச் சிறந்த ஸ்தலமாக இருக்கவேண்டும். 'அவனுக்குக் கல்யாணமாகிவிட்டால் பிறகு குடும்பப் பொறுப்பு அவனுக்கு வந்துவிடும். கடையையும் அவனிடம் ஒப்படைத்துவிட்டு, வருஷத்தில் சில மாதங்கள் அந்த ஸ்தலத்துக்குப் போய்த் தங்கியிருக்கலாம் அல்லவா? சம்பந்தியின் ஆதரவில் அல்ல. ஒரு வீடு பேசித் தனியே இருப்பதாகத்தான் ஞாபகம். என்றாலும் அண்டை அயலில் உறவினர் இருக்கும் இடத்தில் வசிப்பதைப்போல, முகமறியாத மூன்றாவது மனிதர் இருக்குமிடம் வருமா?

உலக வாழ்வில் குடும்பத்தைப் பாதுகாக்கும் பொறுப்பை மெல்ல முத்துவின் கையில் நழுவவிட்டுத் தாம் பூஜை, தேவார பாராயணம், ஸ்தல யாத்திரை இவைகளோடு நின்று இன்புறலாம் என்று ஒவ்வொரு கணமும் அவர் திட்டம் போட்டுவந்தார். அந்தத் திட்டம் அவ்வளவுக்கும் அஸ்திவாரமாக, நல்ல குடும்பத்தில் சம்பந்தம் செய்து கொள்வது என்ற காரியம் இருந்தது. பல பல பெண்களின் ஜாதகங்கள் வந்தன. நேர்முகமாகவும் சிபாரிசு மூலமாகவும் அகஸ்மாத்தாகவும் கல்யாணத்துக்கு இருக்கும் பெண்கள்

உள்ள சைவக் குடும்பத்தைப்பற்றி அவர் அறிந்து கொண்டார்.

இறைவன் திருவருளால் நல்ல இடத்திலிருந்து தம் வீட்டுக்கு அலங்காரமாக ஒரு பெண் வருவாளென்றும், அவள் கையிலே வீட்டுப் பொறுப்பை ஒப்பித்துவிட்டுத் தம் மனைவியும் ஓய்வு பெறலாம் என்றும் அவர் எண்ணினார். தலயாத்திரை முதலிய காரியங்களுக்கு மனைவியில்லாமல் முடியுமா?

2

பி. ஏ. வகுப்பில் முத்து படித்துக்கொண்டிருந்தான். அவனுடைய படிப்பின் முன்னேற்றத்தைப் பற்றிய செய்தி முதலியார் காதில் விழும்போதெல்லாம் அவருக்குச் சந்தோஷம் உண்டாகி வந்தது. ஆனால் ஒரு நாள் யாரோ சென்னையிலிருந்து வந்த நண்பர் ஒருவர் அவர் சந்தோஷத்திற்கிடையே சிறிது நஞ்சைக் கலந்துவிட்டார்.

“என்ன போங்கள், உலகம் போகிற போக்கை. ஆசாரமாவது, ஜாதியாவது! எல்லாம் அடியோடு தொலைந்து போகப் போகிறது! நானும் நீங்களும் பூஜைப் பெட்டியையும் தேவாரத்தையும் கட்டிக் கொண்டு அழுகிறோம். நம்முடைய பிள்ளைகளோ காலேஜில் படிக்கிறோமென்ற பெயரை வைத்துக்கொண்டு யார் யாரையோ கட்டிக் கொண்டு அழுகிறார்கள்” என்றார் வந்தவர். அவர் பழைய நாள் பேர்வழி.

வைத்தியநாத முதலியார் காதில் இந்த வார்த்தை விழுந்தவுடன் அவருடைய நினைப்பு முத்துவினிடம் சென்றது.

“என்ன அப்படிச் சொல்கிறீர்கள்? எல்லோரும் அப்படிப் போய் விடுகிறார்களா? ஏதோ புதுப் பணம் படைத்த குடும்பங்களில் அப்படி நடக்கும். பரம்பரையாகச் சைவமாக இருக்கும் குடும்பங்களிலே பிறந்த பிள்ளைகள் அப்படி இருப்பார்களா? தாயார் தகப்பனார் எப்படி இருக்கிறார்களோ, அதைப் பொறுத்தது பிள்ளைகளின் நடத்தையும்” என்று அவர் பொதுவாகவே பேசினார். உள்ளுக்குள் மாத்திரம் முத்துவின் கிராப்புத் தலை அவர் கண்ணை உறுத்தியது.

“நாம் என்னவோ அப்படித்தான் எண்ணிக்கொண்டு அப்பாவியாக இருக்கிறோம். நீங்கள் இங்கே திருச்சியில் இருந்து கொண்டு காவிரி ஸ்நானமும் தாயுமானவர் தரிசனமுமே கதியென்று ஒரு நாளைப் போலவே ரெயில் தண்டவாளத்தில் போகிறமாதிரி நடந்து கொண்டிருக்கிறீர்கள். உங்களைச் சேர்ந்தவர்களெல்லாம் அப்படியே இருப்பார் கள் என்பது என்ன உறுதி?”

அவர் எதையோ மனசில் வைத்துக்கொண்டு பேசுகிறாரென்பது தெளிவாகத் தெரிந்தது. அந்தத் தொனியிலே இருந்த ஏளனக் குறிப்பு வைத்திய நாத முதலியாரின் உள்ளத்தை அறுத்தது.

“அது கிடக்கிறது. ஊரில் எல்லோரும் க்ஷேமந்தானே? நம் பையனை எப்போதாவது பார்க்கிறதுண்டா?” என்று பேச்சை வேறு பக்கத்தில் திருப்புபவரைப் போல முதலியார் கேட்டார். வந்தவரோ அதைத் தானே

எண்ணிப் பேசிக்கொண் டிருக்கிறார்? "உங்கள் பையனா? அவன் எதற்கு என் கண்ணில் தென்படுகிறான்? காலேஜில் படிக்கப் போய்விட்டால் அப்புறம் அவர்களெல்லாம் கந்தருவ ஜாதியோடு சேர்த்தி ஒட்டு உறவென்பதெல்லாம் அவர்களுக்கு இல்லை. அப்படி இருந்தாலும் அதற்கு நேரமேது? படிப்பைத் தவிர்த்து மற்ற விஷயங்கள் எத்தனையோ இருக்கின்றன. போதாக்குறைக்குக் காலேஜில் வயசு வந்த பெண்களும் சேர்ந்து படிக்கிறார்கள். அவர்கள் மனசுக்கும் அறிவுக்கும் வேலை எவ்வளவு அதிகமாக இருக்கும், பார்த்துக்கொள்ளுங்கள்."

"அது கிடக்கிறது, விடுங்கள். உலகம் நாசமாய்ப் போகட்டும். முத்து எப்போதாவது உங்களைச் சந்திப்பதுண்டா? அதைச் சொல்லுங்கள்." அப்பாவி முதலியார் அவர் பேசுவதற்கும் தாம் கேட்பதற்கும் சம்பந்தமே இல்லை என்று நினைத்தார்!

"முத்துவும் அந்தக் காலேஜில் தானே படிக்கிறான்? அவனுக்கு மாத்திரம் தனிப் போக்கு ஒன்று ஏற்படுமா? அப்படி ஏற்பட்டாலும் மற்றப் பிள்ளைகள் சும்மா விட்டுவிடுவார்களா?"

"அவன் நன்றாகப் படிக்கிறானென்று தானே கேள்விப்படுகிறேன்? பரீட்சையில் நல்ல மார்க்கு வாங்கியிருக்கிறான்."

"நானுந்தான் எவ்வளவோ கேள்விப்படுகிறேன். பரீட்சை மார்க் கைப்பற்றி எனக்குத் தெரியாது. பையன் நீங்கள் நினைக்கிறபடி இல்லை. குலம் கோத்திரம் தெரிந்து

சீக்கிரம் அவனுக்கு ஒரு கல்யாணத்தைப் பண்ணி வையுங்கள்.''

“அவனைப்பற்றி என்ன கேள்விப்பட்டீர்கள்? சொல்லுங்களேன்.''

“சொல்லுவது என்ன இருக்கிறது? இவனோடு ஒருத்தி படிக்கி றாளாம். என்ன ஜாதியோ, ஆண்டவனுக்குத் தான் வெளிச்சம். அந்தப் பெண்ணுக்கும் இவனுக்கும் ..''

“ஹா!'' என்று திடுக்கிட்டார் முதலியார்.

உண்மையும் அது தான். முத்துக்குமாரசாமி இப்போது காதலுலகத்தில் பிரவேசித்துக்கொண் டிருந்தான். தன்னுடன் படிக்கும் கல்யாணியின் மேல் அவனுக்கு ஒரு கண் விழுந்தது. அவளுக்கோ இவன்மேல் இரண்டு கண்களும் விழுந்தன. மாதக்கணக்காகப் பழகுவதனால் ஒருவரை ஒருவர் நன்றாகத் – தெரிந்துகொண்டார்கள். கல்யாணி சென்னையில் இருந்த ஒரு வியாபாரியின் பெண். யதிராச பிள்ளைக்கு அவள் நன்றாகப் படிக்க வேண்டுமென்று ஆசை. அவளும் நன்றாகப் படித்துவந்தாள். அறிவு அறிவை வியப்பது இயல்பு. கல்வியில் சிறந்த அவள் முத்துவின் அறிவுத் திறமையிலே ஈடுபட்டாள். முறை தவறி நடக்கும் குணம் அவளிடம் இல்லை. அவனுடைய திறமையையும் குணத்தையும் தன் தகப்பனாருக்கு எடுத்துரைத்து அவனைத் தன் குடும்பத் தோழனாகச் செய்தாள். ஆகவே முத்து அடிக்கடி யதிராச பிள்ளை வீட்டுக்கு வந்து பழகத் தொடங்கினான். நெருங்கிய உறவினர் வீட்டில் பழகுவதைப் போலப் பழகினான். சில விசேஷ நாட் களில் அவ்வீட்டில் விருந்துண்டான்.

பரம சைவராகிய முதலியாருக்கு இந்த விஷயமெல்லாம் தெரியாது. முத்துவும் எழுதவில்லை. கல்யாணியினிடம் அவன் மனம் சென்றது, இயற்கையாகவும் நியாயமாகவும் அவனுக்குப் பட்டது . ஜாதியோ சமயமோ அவன் கண்ணுக்கு முன் தடையாக நிற்கவில்லை. இன்னும் ஒரு வருஷம் படித்த பிறகு இருவரும் பி. ஏ. பரீட்சையில் தேர்ச்சி பெறுவார்கள். பிறகு இருவரும் பிரியப்போகிறார்களா? இல்லை, இல்லை. வாழ்க்கைப் பள்ளியில் ஒன்றாய்ப் புகுவார்கள். இதுவே முத்துவின் -கனவு. கல்யாணியும் அப்படித்தான் கனவு கண்டிருக்க வேண்டும். அவள் சுதந்தரத்தைக் கட்டுப்படுத்துவார் ஒருவரும் இல்லை. அப்படி இருந்தால் முதலில் அவளைப் படிக்கவே வைத்திருக்க மாட்டார்களே.

அடுத்த வருஷம் கிறிஸ்துமஸ் லீவுக்கு முத்து திரிசிரபுரம் வரவில்லை. மார்ச்சுப் பரீட்சைக்கு இப்போதிருந்தே படிக்க வேண்டி யிருப்பதால் தங்கிவிட்டதாகக் கடிதம் எழுதினான். அவன் ஹாஸ்டலில் சேர்ந்து படிக்கவில்லை. தனியே ‘ரூம்’ வைத்துக்கொண்டு ஹோட்டலில் சாப்பிட்டு வந்தான். ஹாஸ்டலில் நடக்கும் சமபந்தி போஜனம் வைத்தியநாத முதலியாருக்குச் சம்மதம் இல்லை. இப்போது விடுமுறைக்கு ஹாஸ்டல் கிடையாது. தனியே ஹோட்டலில் இருந்த முத்துவுக்கு அநுகூலமாகப் போயிற்று.

சென்னையிலிருந்து வந்த மனிதர் சொன்னவற்றிலிருந்து வைத்திய நாத முதலியாருக்குக் குழப்பம் ஏற்பட்டுவிட்டது. லீவுக்கு முத்து வராததும் சேர்ந்து

கொண்டது. எப்படியாவது அவனுக்குப் பரீட்சை முடிந்தவுடன் கல்யாணத்தைச் செய்து வைத்துவிடவேண்டுமென்று தீர்மானம் செய்து கொண்டார். "இங்கே அவசரமாக ஒரு வேலை இருக்கிறது. உன் கல்யாண விஷயமாக ஏற்பாடு செய்யவேண்டும். இரண்டு நாள் வந்து இருந்துவிட்டு உடனே போய்விடலாம்" என்று கடிதம் எழுதினார். கல்யாணமா! படிப்பே முடிந்தபாடில்லை. பி. ஏ. முடிந்தவுடன் மேலே சில ஆராய்ச்சிப் படிப்புக்குத் திட்டம் போட்டுக்கொண்டிருக்கிறேன். கல்யாணத்தைப்பற்றி ஒரு முயற்சியும் வேண்டாம்!" என்று எழுதிவிட்டான் பிள்ளையாண்டான்.

'இப்போது இதை வற்புறுத்த வேண்டாம்; பரீட்சை முடியட்டும்., அப்புறம் கையோடே சுப காரியத்தை முடித்துவிடலாம். இன்னும் மூன்று மாசந்தானே?' என்று எண்ணியதோடு தீவிரமாகப் பெண்களுடைய ஜாதகங்களைப் புரட்டத் தொடங்கினார். ஆனால் அதற்குள் காரியம் மிஞ்சிப் போய்விட்டது. முத்துவுக்கும் கல்யாணிக்கும் கல்யாணம் நடத்தும் விஷயம் சென்னையிலேயே தீர்மானமாகிவிட்டது. யதிராசபிள்ளைக்கு முத்து உள்ளதைச் சொல்லிவிட்டான். தன் தகப்பனார் இந்தக் கல்யாணத்துக்கு இணங்குவது நடக்காத காரியம் என்றும், தன்னை நம்பிக் கல்யாணம் செய்து கொடுப்பதையன்றி வேறு வழியில்லையென்றும் தீர்மானமாகச் சொல்லிவிட்டான். அவர் தர்ம சங்கடத்தில் மாட்டிக்கொண்டார். முற்போக்கு எண்ணமுடையவரானாலும் முத்துவை அவனுடைய குடும்பத்திலிருந்து பிரிப்பது போலாகி விடுகிறதே என்று வருந்தினார். தாய் தகப்பனைப் பிரிப்பது நல்லதா, காதலர்களைப் பிரிப்பது நல்லதா?

பெண்விடுதலை , காதல் மணம் முதலிய விஷயங்களில் திட்டமான கருத்தையுடைய அவருக்குக் காதலரை உலகமே எதிர்த்தாலும் ஒன்று படச் செய்வதுதான் நியாயம் என்று பட்டது.

எதற்கும் தன் தீர்மானத்தைத் தகப்பனாருக்கு எழுதிவிடுவதென்று முத்து நினைத்து நீண்ட கடிதம் வரைந்தான். கல்யாணியின் உயர்ந்த குணங்களையும், படிப்புத் திறமையையும், அவள் தகப்பனாருடைய கௌரவத்தையும் எழுதினான். தங்கள் ஜாதி அல்ல என்ற ஒன்றைத் தவிர 'எல்லாவற்றிலும் உயர்ந்த சம்பந்தம்' என்பதை விளக்கினான். சுந்தரர்க்குப் பரவை வாய்த்ததுபோல எனக்குக் கல்யாணி வாய்த்தாள். இது புண்ணியத்தின் புண்ணியமென்றும் சிவனருளென்றுமே நான் கருதுகிறேன்' என்று முடித்திருந்தான்.

வைத்திய நாத முதலியாருக்கு வந்த கோபம் கட்டுக்கு அடங்க வில்லை. 'மகாபாவி! பெரிய புராணத்தை மேற்கோள் காட்டுகிறான். சுந்தரராம்! பரவையாம்! இவன் கண்டானாம்!" என்று ஆரவாரித்துச் சீறி எழுந்தார்.

'இந்தக் கல்யாணத்தை நடத்த நான் சம்மதிக்க மாட்டேன். மீறி நடந்தால் எனக்கும் உனக்கும் சம்பந்தமே இராது. நீ செத்துப் போய்விட்டாயென்று நினைத்துக் கொள்கிறேன்" என்று சுருக்கமாக எழுதியனுப்பி விட்டார்.

பையன் வழிக்கு வருவானென்று எண்ணினார்; வரவில்லை.. விவாக முகூர்த்தம் நடக்கிற தேதியில் அவருக்குப் பத்திரிகை வந்தது. தடுக்க அவருக்குச்

சந்தர்ப்பம் இல்லை. பல்லைக் கடித்துக்கொண்டு பத்திரிகையைச் சுக்கு நூறாகக் கிழித்துவிட்டு உள்ளே போய்க் குப்புறப் படுத்துக்கொண்டு விம்மினார். அவர் மனைவியும் புலம்பினாள். இனிமேல் என்ன செய்வது!

பரீட்சையில் முத்து முதல்வனாக நின்றான். கல்யாணியும் தேர்ச்சி பெற்றாள். . காதல் மணம் செய்து கொண்ட பிறகு முத்து தன் முயற்சி யினாலேயே தான் வாழ வேண்டுமென்று உறுதி பூண்டான். தகப்பனாருடைய ஆதரவை அவன் இழந்தான்; மாமனார் ஆதரவில் வாழ்வது மதிப்பன்று என்றெண்ணி அதையும் இழக்கத் துணிந்தான். சிறப்பாகத் தேர்ச்சி பெற்றதால் ஏதோ ஒரு பாங்கியில் வேலை கிடைத்தது. இப்போதைக்கு இருக்கட்டுமென்று ஏற்றுக்கொண்டு, தன் மனைவியோடு தனியே வாழத் தொடங்கினான்.

மனசு முறிந்து போன வைத்தியநாத முதலியார் ‘ உள்ளது போதும்’ என்று சொல்லி இரண்டு வருஷங்களில் ஜவுளிக் கடையை ஒரு நண்பருக்குக் கொடுத்துவிட்டார். சேர்த்த பணத்தை வாங்கிக்கொள்ளக் கூடியவன் தமக்கு உதவாமற் போனபோது, மேலும் மேலும் யாருக்காகப் பணம் சம்பாதிக்க வேண்டும்? உள்ளத்துக்குள்ளே வருத்தம் நெருப்புத் தணலைப்போல அடங்காமல் இருக்க, அவர் சிவ பூஜையினாலும் தேவார பாராயணத்தினாலும் தல தரிசனத்தினாலும் அதை அவிக்கப் பார்த்தார். உலகத்தில் என்ன நடக்கிறதென்பதைப்பற்றி அவருக்குக் கவலையே இல்லை. ஊரில் நடப்பதைப்பற்றி அவர் சிறிதும் காதில் போட்டுக்கொள்வதில்லை. ஒரு விதத்தில் பற்றற்ற துறவியைப்போல வாழ்ந்து வந்தார். “பாவம், நல்ல

மனுஷன்! மனம் முறிஞ்சு போச்சு! ஒரு விஷயத்துக்கும் வரவில்லை" என்று ஊரார் பேசிக்கொள்வார்கள்.

அவருடைய மனைவி, என்ன இருந்தாலும் பெற்ற தாயல்லவா? எப்படியாவது பிள்ளைக்கும் தகப்பனாருக்கும் சமாதானம் உண்டாக்க வேண்டுமென்று முயற்சி பண்ணினாள். "அவனை நீங்கள் பிள்ளையாக ஏற்றுக்கொள்ள வேண்டாம். விரோதியாகப் பாவிக்காமல் இருங்களேன். உங்கள் மனசுதான் கல். என் மனசு கிடந்து தவிக்கிறதே! அவன் முகத்தையாவது பார்த்து ஆறுதல் பெறுவேனே!" என்று அழாக் குறை யாகக் கெஞ்சுவாள்.

"அதெல்லாம் என் காதில் போடாதே. நீ வேண்டுமானால் உன் அருமைப் பிள்ளையோடே போய் இருந்துவிடு. நான் நல்லதாய்ப் போயிற் றென்று எங்கேயாவது மடத்துக்குப் போய்க் காஷாயம் – வாங்கிக் கொள்கிறேன்" என்று முதலியார் சொல்வார். அவர் வார்த்தை பயமுறுத்து வதற்காகச் சொன்னதல்ல; அவர் அப்படியே செய்யக்கூடியவர்.

"ஒரு தடவை நீங்கள் பட்டணத்துக்குப் போய் அவனை நேரே பார்த்து ஒரு வார்த்தை கேட்டுவிட்டு வாருங்கள்" என்பாள்.

"என்னத்தைக் கேட்பது? ஆற்றிலே கரைத்த புளியை உருட்டித் திரட்ட முடியுமா? போடி பைத்தியக்காரி. அதெல்லாம் மறந்துவிடு. 'உற்றார் ஆருளரோ?' என்று தெரியாமலா அப்பர் சுவாமிகள் பாடினார்?"' என்று பதில் வரும்.

“நானாவது போய் வேறு ஒருவர் வீட்டில் இருந்து, பார்த்துவிட்டு வருகிறேன்” என்று கெஞ்சுவாள்.

“பார்த்துவிட்டு வரவேண்டியதில்லை. அங்கேயே தங்கிவிடலாம்” என்று கொதிப்போடு பதில் சொல்வார். அதற்கு மேலே பேச வகை இராது.

3

சில காலமாக – சில மாசங்களாக – முதலியாருடைய மனைவி தன் பிள்ளையைப்பற்றி அவரிடம் பேசுவதே இல்லை. காரணம் அவள் இப்போது ஒரு குழந்தையிடம் தன் அன்பு முழுவதையும் வைக்க ஆரம்பித் தாள். அது முதலியாருக்கு ஒரு வகையில் ஆறுதல் தந்தது.

ஒரு நாள் முதலியாருடைய மனைவி கோயிலுக்குப் போய்விட்டு வரும்போது ஒரு குழந்தையை எடுத்துக்கொண்டு வந்தாள். குழந்தையின் எழிலும் சுறுசுறுப்பும் முதலியாரின் உள்ளத்தைக் கவர்ந்தன.

“எங்கே இந்தச் சிநேகம் பிடித்தாய்?” என்று கேட்டார் முதலியார்.

அவர் மனைவி அவருக்குப் பதில் சொல்லாமலே, “மங்கையர்க்கரசி'” என்று கூப்பிட்டாள். நேரே உள்ளே சென்ற ஒரு பெண் வந்து முதலியாரை நமஸ்காரம் செய்தாள். குழந்தையின் தாய் அவள். முதலியார் மனைவி, ” கோவிலுக்குப் பக்கத்தில் குடியிருக்கிறார்கள். நான் அடிக்கடி கோவிலில் சந்திக்கிறதுண்டு. நல்ல பெண். தேவாரம் வெகு அழகாகப் பாடுகிறாள். இந்தக்

குழந்தையைப் பாருங்கள். என்ன அழகாக இருக்கிறது!" என்று சொல்லிக் குழந்தையை முதலியார் அருகில் விட்டாள்.

முதலியார் குழந்தையை ஏற இறங்கப் பார்த்தார். மெல்ல எடுத்துக்கொண்டார். குழந்தை அழவில்லை; "வேற்று முகம் இல்லை போல இருக்கிறது" என்று சொல்லித் தம் மனைவியைப் பார்த்தார். அதற்குள் அந்தப் பெண், "உங்களைக் கண்டால் இந்தப் போக்கிரிக்குப் பிடித்திருக்கிறது" என்றாள்.

"என்னையும் போக்கிரி யென்றா சொல்கிறாய்?" என்று முதலியார் கேட்டார்.

எல்லாரும் கொல்லென்று சிரித்தார்கள். இந்தக் காட்சி அந்த வீட்டிற்குப் புதியது.

"உன் பெயர் மங்கையர்க்கரசியா? நல்ல பேர். குழந்தைக்கு என்ன பேர் வைத்திருக்கிறீர்கள்?" என்றார் முதலியார்.

"ஞான சம்பந்தம்" என்று அந்தப் பெண் கூறினாள்.

'பேஷ்! அருமையான பேர். உன் புருஷர் என்ன வேலை பார்க்கிறார்?"

"குமாஸ்தா வேலை பார்க்கிறார்"

"சைவர்கள் தானே?"

“ஆமாம்!” என்று முதலியார் மனைவி பதில் சொன்னாள்.

அது முதல் மங்கையர்க்கரசியும் குழந்தையும் அடிக்கடி முதலியார் வீட்டுக்கு வருவதும் போவதுமாக இருந்தார்கள். “ஒரு நாள் உன் புருஷரையும் கூட்டிக்கொண்டு வாயேன்” என்று முதலியார் சொன்னார். “இரவும் பகலும் வேலை. அவசியம் உங்களைப் பார்க்க வேண்டுமென்று அவர் சொல்லிக்கொண்டிருக்கிறார்.. வேளை வரவில்லை. நான் சொன்னேன் உங்களைப்பற்றி. அவர் ஏதாவது கோபித்துக்கொண்டால் நான் இந்த வீட்டுக்கு வந்துவிடுவேனென்று கூடச் சொல்லியிருக்கிறேன். என்னை அந்தரத்தில் விட்டுவிட்டுப் போய்விடாதே என்று அவர் வேடிக்கையாகச் சொன்னார். நீங்களும் அங்கே வந்து உறவு கொண்டாடினால் சரியாகிவிடுகிறது என்றேன். ஏன், நான் சொன்னது என்ன, சரிதானே?” என்று முதலியார் மனைவியைப் பார்த்து மங்கையர்க்கரசி கேட்டாள்.

“சரியான பேச்சு!” என்று முதலியார் பதில் சொன்னார்.

மங்கையர்க்கரசி, ஞானசம்பந்தன் என்ற பெயர்களே முதலியாரைக் கவர்ந்தன. மங்கையர்க்கரசி இனிமையாகத் தேவாரம் பாடுவாள்: அதைக் கேட்டு முதலியார் மிகவும் ஈடுபட்டார். வறண்ட பாலைவனம் போல இருந்த அவர் உள்ளத்தில் அன்பு சுரந்தது. குழந்தை நாளுக்கு நாள் அவர் உள்ளத்தில் இடங்கொண்டான்.

மங்கையர்க்கரசி தேவாரம் பாடும்போது அவர் உருகிப் போவார். ஒரு நாள் அவள், “ஈன்றாளுமாய் எனக்

கெந்தையுமாய் உடன் தோன்றினராய்" என்ற பாட்டை அருமையாகப் பாடினாள். முதலியார் உருகிக் கண்ணீர் விட்டார். விம்மினார். பாட்டை நிறுத்தியவுடன் மங்கையர்க் கரசியை மேலும் கீழும் பார்த்தார். பெருமூச்சு விட்டார்.

"என்ன, அப்படிப் பார்க்கிறீர்களே' என்று சிரித்துக்கொண்டே கேட்டாள் மங்கையர்க்கரசி.

"ஒன்றும் இல்லை. ஏதோ பழைய ஞாபகம் வந்தது" என்றார்.

"அதைத்தான் அவளுக்குச் சொல்லுங்களேன். நம்முடைய பெண்ணைப்போல ஆகிவிட்ட பிறகு அவளுக்குத் தெரிவதிலே என்ன தோஷம்?" என்று எல்லாவற்றையும் கேட்டுக்கொண்டிருந்த அவர் மனைவி. சொன்னாள்.

"ஒன்றும் இல்லை. உன்னைப்போல ஒரு பெண் இந்த வீட்டில் இருந்து வாழ வேண்டியவள். நான் அதற்குக் கொடுத்து வைக்கவில்லை.' நடக்க வேண்டியபடி நடந்திருந்தால் உன்னைப்போல ஒரு பெண் இங்கே எனக்கு மருமகளாய் வந்து வாழ வேண்டும்..." என்று மேலே சொல்ல முடியாமல் தத்தளித்தார்.

"ஆமாம்; அம்மா கூடச் சொன்னார்கள். உங்கள் பிள்ளை உங்களை விட்டுவிட்டுத் தனியே இருக்கிறாராம்"

"பிள்ளையாவது, மண்ணாவது! காலம் கெட்டுப் போயிற்று. அவன் எவளையோ கட்டிக்கொண்டு

விட்டான். அவள் அவனை எப்படி எப்படி இழுத்துக் கூத்தடிக்கிறாளோ! ஹூம்! பிராப்தம் அவ்வளவுதான். நான் எத்தனை எண்ணியிருந்தேன்! உன் மாதிரி ஒரு நல்ல பெண்ணைக் கல்யாணம் செய்து வைத்திருந்தால்-"

அவர் மனைவி இடையிலே பேசினாள்:
"உன்னைப்போல ஒரு மருமகள் வேண்டுமென்று தான் அவர் திட்டம் போட்டிருந்தார். ஆனால் கடவுள்-"

"கடவுள் என்ன செய்வார் அம்மா? அவருடைய திருவருள் இல்லா விட்டால் உலகம் நடக்காது. அவர் செய்வதெல்லாம் நல்லதென்றே ஏற்றுக்கொள்ள வேண்டும்" என்று மங்கையர்க்கரசி சொன்னாள். .

"இவ்வளவு அறிவாளியாக இருக்கிறாளே, இந்தப் பெண்!' என்று ஆச்சரியப்பட்டார் முதலியார். இவளைப்போல ஒருத்தி அவனுக்குக் கிடைக்காமற் போனாளே!" என்று ஏங்கினார்.

4

அந்தக் குழந்தைதான் எதிரே உட்கார்ந்திருக்கிறது. அதன் பால்வடியும் முகத்திலே சொக்கிப்போன முதலியார் பாராயணத்தை மறந்து சிந்தனையில் ஈடுபட்டிருந்தார். 'மங்கையர்க்கரசி; என்ன அழகான பெயர்! அந்தப் பெயருக்கேற்ற பெண். அவளுக்கேற்ற குழந்தை. இருக்கிறபடி இருந்திருந்தால், முத்துவுக்கும் ஒரு மங்கையர்க்கரசி கிடைத்திருப்பாளே! அவர்களுக்குக் குழந்தை பிறந்தால் ஞானசம்பந்தன் என்று தானே பெயர் வைத்திருப்போம்!'.. முன்னாலே விளையாடிக் கொண்டிருந்த குழந்தையை மறுபடியும் பார்த்தார்.

‘இவனுக்கும் எனக்கும் என்ன உறவு? என் மனசைக் கரைக்கும் இந்தக் குழந்தையைப்போலத் தானே அவன் குழந்தையும் இருக்கும்!’ இப்படிச் சென்ற சிந்தையை மீட்டுக்கொண்டார். “சம்பந்தம், இங்கே வா” என்று குழந்தையை அழைத்தார். அது மெல்லத் தளர் நடையிட்டு வந்து முதலியாரின் முதுகின் மேல் சாய்ந்துகொண்டது. அதில் தான் எத்தனை இன்பம்! ஏதோ நினைவு வந்தது முதலியாருக்கு. “மங்கையர்க்கரசி!” என்று கூப்பிட் டார். உள்ளேயிருந்து குழந்தையின் தாய் வந்தாள். “உன் புருஷர் எப்போது ஊரிலிருந்து வருகிறார்?” என்று கேட்டார்.

“ஏன், நான் இரண்டு நாள் இங்கே இருந்தது உங்களுக்குப் பொறுக்கவில்லையா? இப்போதே எங்கள் வீட்டுக்குப் போய்விடுகிறேன்” என்று பொய்க் கோபத்தோடு கேட்டாள் மங்கையர்க்கரசி.

“என்ன, இப்படிப் பேச்சிலே பிடித்துக்கொள்கிறாயே; நான் அப்படிச் சொல்வேனா? இன்னும் நான் அவரைப் பார்க்கவில்லையே; வந்தால் இங்கே அழைத்துக் கொண்டு வா. அல்லது நான் தான் உங்கள் வீட்டுக்கு வருகிறேனே!”

உங்கள் வீடு எங்கே? எங்கள் குடிசை எங்கே? அங்கே வந்தால் என்னைப்பற்றிய நல்ல அபிப்பிராயமெல்லாம் உங்களுக்குப் போய்விடும். எங்கள் வீடு சேரி போல இருக்கும்.”

“நீ படித்த பெண். இங்கிலீஷ் கூடக் கொஞ்சம் தெரியும் என்கிறாய். நீ எல்லாவற்றையும் சுத்தமாக வைத்திருப்பாயென்று எனக்குத் தெரியாதா? இங்கே நீ

பண்ணும் காரியத்தைக்கொண்டு அதை ஊகிக்கத் தெரியாத முட்டாள் என்று வைத்துவிட்டாயோ?"– முதலியார் சகஜமாகப் பேசினார். அந்த நிலைக்கு அவரைக் குழந்தையும் தாயும் கொண்டுவந்து விட்டார்கள்.

"உங்களுக்குத்தான் இங்கிலீஷ் என்றாலே ஆகாது. அதிலும் படித்த பெண் என்றால் அடியோடு பிடிக்காது. ஏதோ போனால் போகிறதென்று என்னைக் கண்டால் வெறுப்பதில்லை. நானும் ஒரு பி. ஏ. யாக இருந்தால் என் முகத்தில் கூட விழிக்கமாட்டீர்களே!'

"என்ன அப்படிப் பேசுகிறாய்? உன்னைப்பற்றிக் குறைத்துப் பேசினால் என் மனசு கஷ்டப்படுகிறது. நீ பி.ஏ. படித்தால் மிகவும் நல்லது. உன்னோடு சேர்ந்து அது நல்லதாகிவிடும். நான் என்ன, கல்வியறிவையே வெறுக்கிறவனா?"

"பின்னே அடிக்கடி இங்கிலீஷ் படிப்பென்று கரிக்கிறீர்களே?"

"நான் சுட்டுக்கொண்டவன் அம்மா, சுட்டுக்கொண்டவன். அந்த வேதனையைத் தாங்காமல் அப்படிச் சொல்கிறேன்."

"என்னிடமும் அதே படிப்பு இருக்கிறதென்றால் உங்கள் மனசு வேதனைப்படாதா?"

"அது வேறு விஷயம். படிப்பினால் கெட்டுப் போகாத நிலை உனக்கு இருக்கிறது."

“படிப்பினால் மனிதர்கள் கெட்டுப் போகிறார்களென்று நீங்கள் சொல்லத்தான் கேட்கிறேன். நல்ல வேளை; நான் உங்களிடம் நல்ல பேர் எடுத்துவிட்டேன். இனிமேல் உண்மையைச் சொல்லலாம். நானும் பி. ஏ. படித்தவள் தான். எங்கள் தகப்பனார் படிப்பினால் அறிவு விரிவமென்று நம்புகிறவர். என்னைப் படிக்க வைத்தார்.”

“உன்னைப் பார்த்தால் அப்படித் தெரியவில்லையே! தேவாரம் பாடுகிறாயே! முகத்தில் பளிச்சென்று திருநீறும் குங்குமமும் இட்டுக்கொள் கிறாயே!”

“ஐயோ பாவம்! உங்களுக்கு யாரோ சரியானபடி போதித்திருக்கிறார்கள். இங்கிலீஷ் படிப்பில் திருநீறு பூசவேண்டாம், குங்குமம் இட்டுக் கொள்ளவேண்டாம், கடவுளை நம்பவேண்டாம் என்றுதான் இருக்கிற தென்று யாரோ உங்கள் அறிவில் ஏற்றிவிட்டார்கள். நான் சொல்கிறேன், கேளுங்கள். நல்லவன் கையில் பணம் கொடுத்தால் அவன் நல்லதற்கு உபயோகப்படுத்திக் கொள்வான். தீயவன் கையில் கொடுத்தால் அவன் தீய வழியில் செலவழிப்பான். கெட்டுப்போகிற பெண்களெல்லாம் இங்கிலீஷ் படித்துத்தான் கெட்டுப்போகிறார்களா? அப்படியானால் ஆடவர்களை அது கெடச் செய்யாதா? எத்தனை ஆங்கிலம் படித்த ஆடவர்கள் இந்திய நாட்டுக்கு அணிகலமாக விளங்குகிறார்கள்? எத்தனை பேர் சிறந்த தலைவர்களாக இருக்கிறார்கள்?”

“சரி, சரி, உன்னைப் பேசவிட்டால் பெரிய பிரசங்கமே பண்ணி விடுவாய் போலிருக்கிறது. நீ எம். ஏ. படித்தவளென்று சொல்லிக் கொள்; எனக்கு ஆட்சேபம்

இல்லை. உன் புருஷர் எப்படிப்பட்டவரோ? இன்னும் தெரிந்து கொள்ளவில்லை. ஒருகால்-"

"நீங்கள் பெரிய சந்தேகப் பேர்வழியாக இருக்கிறீர்களே. அவர் என்னைக் காட்டிலும் அழகாகத் தேவாரம் பாடுவார். அவரே எனக்குத் தேவாரம் கற்றுக் கொடுத்தார். பிரசங்கங்கூடப் பண்ணுவார்."

"அடேடே! அப்படியிருந்துமா, என் கண்ணிலே காட்டாமல் வைத்திருக்கிறாய்?"

"அவரைக் காட்டிவிட்டால் பிறகு என்னை மறந்துவிடுவீர்களே! நானும், இங்கே தேவாரம் பாடாவிட்டால் வேறு எங்கே போய்ப் பாடுவேன்? நீங்கள் என்னை மறக்க, நான் தேவாரத்தை மறக்க வேண்டியதுதான்!

கேட்டுக்கொண்டே இருந்த முதலியார் திடீரென்று, "ஏய், இங்கே வா" என்றார். தம் மனைவியை அவர் அழைக்கும் பாணி அது. அவள் வந்தாள். "மங்கையர்க்கரசி எவ்வளவு சாமர்த்தியமாகப் பேசுகிறாள் பார்த்தாயா? இவ்வளவு பேசுவாளென்று நான் நினைக்கவில்லையே!" என்று புன்னகையோடு சொன்னார்.

"உங்கள் வார்த்தை நிமிஷத்துக்கு ஒரு தடவை மாறுகிறது. சிறிது நாழிகைக்கு முன் என்னைப் புகழ்ந்தீர்கள்; இப்போது வாயாடி, சண்டைக்காரி என்று வையாமல் வைகிறீர்கள்" என்று வேடிக்கையாகக் கூறினாள், மங்கையர்க்கரசி.

முதலியார் முகம் சுருங்கியது. சற்றே வேதனை அடைந்தவர் போல, "என்ன அம்மா அப்படிச் சொல்கிறாய்? உன்னைத் தவறு சொன்னால் எனக்கு வாய் வெந்துபோகும். நீ சாக்ஷாத் மங்கையர்க்கரசிதான்" என்று குரல் தழுதழுக்க, மன்னிப்புக் கேட்டுக்கொள்ளும் பாவனையில் சொன்னார்.

"நான் மங்கையர்க்கரசி; அப்படியானால் என் கணவர் கூன்பாண்டியராக்கும்! அவர் காதில் பட்டால் என்ன சொல்வார்?" என்று வேடிக்கையைத் தளர்த்தாமற் பேசினாள் அவள்.

முதலியார் பெரிய புராணத்தில் பெருமதிப்புடையவர். "கூன் பாண்டியரல்ல; கூன் நிமிர்ந்த நெடுமாறர்" என்று உடனே பதில் சொன்னார்.

"முன்னாலே ஏதோ தப்புப் பண்ணித் திருந்தினவர் என்று சொல்கிறீர்களா?" என்று மடக்கினாள்.

"இப்படி இழுத்துக்கொண்டே போனால் பேச்சிலே நான் சிக்கிக் கொள்வேன். தோல்வியை ஒப்புக் கொள்கிறேன். மறுபடியும் கேட்கிறேன்: உன் புருஷரை என் கண்ணிலே காட்டப்போகிறாயா இல்லையா?"

"கேள்வியைப் பார்த்தால் உங்களுக்கு ஏதோ உரிமை இருப்பது போலவும், அதை ஸ்தாபித்துக் கொள்பவர் போலவும் இருக்கிறதே!"

“ஏய்; இங்கே வா. மங்கையர்க்கரசி ‘லா பாயின்ட்’ பேசுகிறாள் பார்த்தாயா? நீ வந்துதான் சமாதானம் பண்ணவேண்டும்.”

முதலியார் மனைவி வந்தாள்: “என்ன சொல்லுகிறீர்கள்?” என்றாள்.

“இவள் புருஷரை அழைத்து வா என்று சொல்கிறேன். பிடி கொடுத்தே பேசமாட்டேன் என்கிறாள்.”

“நீங்களே சொல்லுங்கள் அம்மா: மங்கையர்க்கரசி என்று என்னைப் பாராட்டினால், என் கணவர் கூன் பாண்டியரென்று தானே அவர் நினைக்கிறார்?”

“நான் அப்படிச் சொல்லவில்லையே! கூன் நீங்கிய பாண்டியரென்றல்லவா சொன்னேன்?”

“சரி, அப்படியே வைத்துக் கொள்வோம். அப்படியானால், அவருக்கு ஏதோ கூன் இருந்தது போலவும், அது நீங்கிவிட்டது போலவும் அல்லவா ஏற்படுகிறது? அங்கே ஞானசம்பந்தர் கூன் நீக்கினாரே; இங்கே யார் அப்படி?” என்றாள் மங்கையர்க்கரசி.

“இதோ இருக்கிறானே!” என்று முதலியாரின் மனைவி அங்கிருந்த குழந்தையைச் சுட்டிக் காட்டினாள்.

முதலியார் ஆசையோடு குழந்தையைத் தழுவிக்கொண்டார். “ஞானசம்பந்தன், என் கண் ஞானசம்பந்தன்!” என்று உருகிக் கண்ணீர் விட்டார்.

“ஆஹா! என்ன பொருத்தம்!” என்று மங்கையர்க்கரசி சிரித்துக் கொண்டே சொன்னாள்.

“ஊரிலிருந்து வந்தவுடன் அவரை அழைத்துக்கொண்டு வருகிறாயா?”

“வருகிறேன். ஆனால் ஒரு நிபந்தனை. அவரைக் கண்டபிறகு என் மேல் அன்பு குறையக் கூடாது. இந்த ஞானசம்பந்தனையும் மறக்கக் கூடாது.”

“உங்களால் தானே அவர் உறவு எனக்கு?”

“இப்போது அப்படிச் சொல்வீர்கள். அவரைக் கண்டபிறகு சந்தித்தால் அவரும் உங்களை விடமாட்டார்; நீங்களும் விடமாட்டீர்கள்”.

“நல்லது தானே? நமக்கு ஒரு மகளும் மகனும் கிடைத்ததாக எண்ணிக்கொள்கிறேன்.”

“பேரன்?”

“இவனை விடுவேனா? என் கண் அல்லவா?”

“அப்படியானால் சரி.”

5

முதலியார் தேவார பாராயணம் செய்து கொண் டிருந்தார். இரண்டு நாட்களாக மங்கையர்க்கரசி வரவில்லை. அவளைக் காணாதது அவருக்கு ஏதோ மாதிரி இருந்தது.

அவள் குழந்தையைக் காணாததனால் அவருக்கு இருப்பே கொள்ளவில்லை. தம் மனைவியைக் கேட்டார்.

"ஏதோ வீட்டில் வேலையாம். அவள் புருஷர் இன்றோ நாளைக்கோ வருகிறாராம்" என்று சொன்னாள்.

பேசிக்கொண்டிருக்கும் போதே வாசலில் "தாத்தா!" என்ற சத்தம் கேட்டது. குடுகுடுவென்று குழந்தை ஞானசம்பந்தன் ஓடி வந்தான். இரண்டு நாளாகக் காணாத ஆவல் அவனுக்கு இருக்கும் அல்லவா? குழந்தைக்கு என்றும் இல்லாதபடி அலங்காரம் செய்திருந்தார்கள். முதலியார் எல்லாவற்றையும் மறந்து எழுந்து ஆவலோடு குழந்தையை வாரி எடுத்தார். அடுத்தபடி மங்கையர்க்கரசி மெல்ல வந்தாள். "எங்கேயம்மா, இரண்டு நாளாகக் காணவில்லை?" என்றார் முதலியார்.

"கூன்பாண்டியரை அழைத்து வந்திருக்கிறேன்."

"என்ன விளையாடுகிறாயே!"

"இல்லை, இல்லை; கூன் பாண்டியரை நெடுமாறராக்க வேண்டும். இந்த ஞானசம்பந்தன் பாதி ஆக்கியிருக்கிறான். மற்றப் பாதியைச் சிவ பெருமானைப் போல, வைத்தீசுவரரைப் போல நீங்கள் தான் ஆக்க வேண்டும்!" என்று சொல்லி வாசற்பக்கம் போனாள். ஒரு நிமிஷத்தில் அவள் கணவரை உள்ளே அழைத்து வந்தாள். கண்மூடிக் கண் திறக்கும் நேரத்தில் இருவரும் முதலியார் காலடியில் விழுந்து எழுந்தார்கள்.

முதலியார் கண்ணை முன்னே ஓட்டினார். "என்ன, முத்துவா!" அவர் ஸ்தம்பித்துப் போய்விட்டார்.

"அப்பா!" என்றான் முத்து.

மங்கையர்க்கரசி குழந்தையை மெல்ல வாங்கிக் கொண்டாள். முதலியார் கண்ணில் நீர் சொரிந்தபடியே வேகமாகச் சென்று முத்துவைக் கட்டிக்கொண்டார்.

இந்த அரிய காட்சியை அருகில் இருந்தபடியே, முதலியார் மனைவி பார்த்துக் குதூகலம் அடைந்தாள். அவளுக்கல்லவா தெரியும், இதற்காக எவ்வளவு நாடகம் நடத்த வேண்டியிருந்தது என்று?

அன்று முதல் கல்யாணி மங்கையர்க்கரசி யாகிவிட்டாள்.

பாசம்

காலை நேரம், பத்து மணி இருக்கும்.

திருக்கழுக்குன்றத்தில் சில மாதங்கள் தங்கலா மென்று ஒரு வீட்டை வாடகைக்குப் பேசி வந்து ஒரு வாரம் ஆயிற்று, கொஞ்சம் கொஞ்சமாகச் சாமான்களைச் சேர்த்துக்கொண்டிருந்தோம். நான் ஒன்றும் செய்யவில்லை. என் அம்மாவும் மனைவியுந்தான் அந்தக் காரியத்தைச் செய்தார்கள். வீதியில் எது போனாலும் அதை வாங்குவது என்று திட்டம் போட்டார்கள். உமி போனாலும் கூப்பிடுவது, உரல் போனாலும் கூப்பிடுவது. இந்தப் பண்டங்களை விற்கிறவர்களும் சரி, வாங்குகிற இரண்டு பெண்மணிகளும் சரி, வியாபார தோரணையில் நடந்து கொள்வதில்லை. பேரம் பேசுவதும், ஊர் விவகாரம் பேசவதும், பழைய வியாபாரக் கதைகளைப் பேசுவதுமாக இந்த வியாபாரம் நடக்கும். நான் அவர்களிடையே நடை பெறும் சம்பாஷணையைக் கவனித்து வந்தேன். காசு கொடுத்து வாங்கும் சமாசாரப் பத்திரிகைகளிலே காணாத பல உள்ளூர்ச் செய்திகளும், குடும்பச் சிக்கல்களும், வாழ்க்கைத் தத்துவங்களும், இன்ப துன்பக் கூறுபாடுகளும் எனக்கு வெளியாகும்.

பண்டங்களை விற்க வருகிறவர்கள் எல்லோரும் ஒரே மாதிரியாகவா இருக்கிறார்கள்? ஒருத்தி பட பட வென்று பேசுவாள்; மற்றொருத்தி நிதானமாகப் பேசுவாள். துடைப்பம் விற்க வருகிறவன், யானையை விற்பது போல ஜம்பமாகப் பேசுவான்; நாற்காலி விற்பவன் பணிவாகப் பேசுவான். விலை குறைத்துக் கேட்டால் சீறும் ஆசாமிகள் உண்டு; எவ்வளவு குறைத்துக்

கேட்டாலும் கோபப் படாமல், ”கட்டாதம்மா! ஏழை வாயில் மண்ணைப் போடாதீர்கள்” என்று தீனக் குரலில் எடுத்துச் சொல்கிறவர்களும் உண்டு. இப்படி விற்கிறவர் கட்சியில் பலபல வகை மனித உள்ளங்களைப் பார்க்கச் சந்தர்ப்பம் உண்டாயிற்று. ஆனால் வாங்குகிறவர் கட்சியில் இரண்டே பேர்; என் தாயும் மனைவியும். அவர்களிடம் ஒரே மாதிரி சுபாவந் தான் நான் கண்டேன். கூடைக்காரி ஒரு விலை சொன்னால், உடனே குறைத்துக் கேட்பது, “பட்டணத்தில் கூட இந்தக் கிராக்கி இல்லை” என்று பொய்யும் கற்பனையும் கலந்து பேசுவது – இப்படியாக ஒரே ரீதியில் எங்கள் வீட்டில் உள்ளவர்களின் போக்கு இருந்தது.

ஒரு நாளைக்குக் குறைந்தது இரண்டு மூன்று வியாபாரமாவது நடக்கும்; இரண்டு மூன்று சுவாரஸ்யமான காட்சிகளை நான் பார்ப்பேன். காட்சிகள் என்பதை விடச் சம்பவங்கள் என்றே சொல்லலாம். என் மனத்தில் ஆழப்பதிந்துவிடும் அவற்றைச் சம்பவங்கள் என்று சொல்வது தான் பொருத்தம். காட்சி, பேச்சு, மனப்பாங்கு, இத்தனையும் அவற்றில் இருந்தன.

காலை நேரம், பத்து மணி இருக்கும். ஆம், அதைத் தான் முன்பே சொல்லி விட்டேனே!

குளத்தில் நீராடிவிட்டு வந்து சமையல் வேலையைக் கவனித்துக்கொண்டிருக்கும் அம்மா காதில், வாசலில் எதையாவது விற்கும் மனிதர்களின் குரல் எவ்வளவு மெதுவாக இருந்தாலும் விழுந்து விடும். ‘அதோ வாசலில் என்னவோ போகிறது! போய்க் கூப்பிடு’ என்று தன் மருமகளை ஏவுவாள். குழந்தைக்குப் பால் புகட்டித் தூளியில் போட்டு ஆட்டிக்கொண்டிருக்கும் என்

மனைவி உடனே வீதிக்குப் போய்க் கூடைக்காரியைக் கூப்பிடுவாள்.

கூடைக்காரி திண்ணையில் கூடையை இறக்கி வைப்பாள். உள்ளேயிருந்து அம்மாவும் வந்து சேர்ந்து கொள்வாள். வியாபாரம் ஆரம்பமாகும். "என்னடீ வெண்டைக்காய் இவ்வளவு முற்றலாக இருக்கிறது?" என்று கொண்டு வந்திருக்கும் பண்டத்தில் தோஷம் சொல்லி விவாதத்தைத் தொடங்கி வைப்பாள் என் தாய். "என்ன அம்மா அப்படிச் சொல்லுகிறே! இங்கே பாரு. ஒடிச்சுக் காட்டறேன்" என்று கூடைக்காரி ஒரு காயை எடுத்து மளுக்கென்று ஒடித்துக் காட்டுவாள். "வாடலாக இருக்கிறதே" என்று அடுத்த குறையை எடுத்து விடுவாள் அம்மா. "இதுவா வாடல் காலையிலே தான் பறித்தது; இதைப் போய் வாடலென்று சொல்றியே!" என்று கூடைக்காரி சொல்வாள். உண்மையில் அது வாடலாக இராது. "உனக்குக் கண் இருக்கிறதா? இதைப் போய் வாடல் என்று கூசாமல் நாக்கில் நரம்பில்லாமல் சொல்லுகிறாயே!" என்று அந்தக் கூடைக்காரி கேட்டிருக்கலாம். அப்படிக் கேட்பாளென்று நான் நினைப்பேன். அப்படிச் சுறுக்கென்று கேட்பது வியாபார நாகரிகம் அன்று என்பது எனக்குத் தெரியுமா? பிறகு விலையைப் பற்றி விவாதம் நடக்கும். அப்போதுதான் பட்டணத்துப் பேச்சு நடுவிலே வரும். அம்மா, ஒவ்வொரு நாளும் தவறாமல் பட்டணத்தில் காய்கறி மார்க்கட்டுக்குப் போய்க் கணக்கெடுத்து வந்தவளைப் போலத்தான் பேசுவாள். கூடைக்காரி அதைக் கேட்டு விலையைக் குறைத்துக்கொள்வாளென்பது அவள் அபிப்பிராயம். ஆனால் அவள் என்னவோ தன் விலையையே தான் சொல்லிக்கொண்டிருப்பாள்.

காலை பத்து மணி இருக்கும். இது வரையிலும் சொன்னது பொதுவான காட்சிகள். காலை பத்து மணி என்று ஆரம்பித்தேனே, அந்த நேரத்தில் நடந்தது ஒரு நிகழ்ச்சி; என் மனத்துக்குள் ஆழப்பதிந்த சம்பவம். அதைச் சொல்ல வந்தவன் தான் இவ்வளவு தூரம் பீடிகை போடும்படி ஆகிவிட்டது. அந்தச் சம்பவம் நடந்தது நடந்தபடியே என் அகக் கண்முன் நிற்கிறது. காலை பத்து மணி என்ற நேரம் கூடத் திட்டமாக எனக்கு நினைவிருக் கிறது.

அப்போது வீதியில் காய்கறி வரும் நேரம் அன்று. காயோ, கறியோ, தயிரோ காலையிலே வந்துவிடும். அதற்கு மேற்பட்டு விற்பனைக்கு ஏதாவது தட்டுமுட்டுச் சாமான் வரும்; பாய் வரும்; துடைப்பம் வரும். கூடை வரும்; முறம் வரும். ஆமாம்; அன்று முறந்தான் வந்தது. கையில் இரண்டு முறங்களை எடுத்துக்கொண்டு ஒருத்தி எங்கள் வீட்டு வாசலுக்கு வந்து அங்கே நின்று கொண்டிருந்த என் தாயினிடம், "முறம் வேணுமோ?" என்று கேட்டாள். அம்மா ஏதோ ஞாபகமாக இருந்தாள். இல்லாவிட்டால் அவளே, "ஏ , முறம்" என்று கூப்பிட்டிருப்பாளே.

"ஆமாம், வேணும்; ஆனால் நீ ஆனை விலை, குதிரை விலையல்லவா சொல்லுவாய்?" என்று அவளுக்கு வரவேற்பும், கண்டனமும் சேர்த்து வெளியிட்டாள் அம்மா.

முறக்காரி திண்ணையில் முறம் இரண்டையும் வைத்தாள்; "உளுத்த மூங்கிலாகப் பார்த்துப் பொறுக்கி வாங்கி இந்த முறத்தை முடைந்தாயோ?" – இது அம்மாவின் கேள்வி. இதற்குள் உள்ளே குழந்தையைத் தூங்கப் பண்ணிக்கொண்டிருந்த என் மனைவி

வந்துவிட்டாள். பேரம் செய்யும் தந்திரங்களை அவள் இப்போதுதான் தன் மாமியாரிடமிருந்து கற்றுக்கொண்டு வருகிறாள். ஒவ்வொரு வியாபாரத்திலும் அம்மாவின் வாக்குச் சாதுரியம் எப்படி இருக்கிறதென்று கவனிக்கிறாளோ என்னவோ தெரியாது. பள்ளிக்கூடத்துக்குப் போகாவிட்டால் பாடம் வீணாகப் போய்விடுமே என்று கவலைப்படும் மாணாக்கனைப் போல, ஒரு வியாபாரத்தைத் தான் கவனிக்காவிட்டால் அந்த வியாபார அநுபவம் இல்லாமல் போய்விடுமே என்று அவள் நினைத்திருக்கலாம். அவள் வந்துவிட்டாள். "உளுத்த மூங்கில் மாதிரி தான் இருக்கிறது" என்று வந்தவுடனே என் தாயின் அபிப்பிராயத்தை ஆமோதித்தாள் அவள் –

"என்ன அம்மா, விஷயம் தெரியாமல் பேசுறீங்க. பச்சை மூங்கிலைப் பிளந்து பண்ணியிருக்குது. காஞ்ச மூங்கில் முடைய வருமா அம்மா? பச்சை மூங்கிலின்னு இதைப் பார்த்தாத் தெரியில்லையா?" என்று முறக்காரி சொன்னாள். அவள் பேச்சு ஆணித்தரமாக இருந்தது. நான் அதை ரஸித்தேன். அது காய்ந்த மூங்கிலே அல்ல; அப்படி இருக்க எப்படி உளுத்த மூங்கிலாக இருக்க முடியும்? 'இவர்கள் வாயை அடைக்கச் சரியான வெடி குண்டு போட்டாள் இவள். இதுவும் வெண்டைக்காய்ப் பேரமா என்ன?' என்று நான் எண்ணினேன் ; மனசுக்குள்ளே சிரித்துக்கொண்டேன்.

"சரி, சரி; நாங்கள் முறங்கட்டுகிறபோது அந்த விவரத்தைத் தெரிந்து கொள்கிறோம். இப்போதைக்கு இந்த முறம் வாங்கிக்கொள்ளுகிறோம்; விலையைச் சொல்" என்று ரோசத்தோடு அம்மா பேசினாள்.

“ஒரே விலை; ரெண்டு முறமும் முக்கால் ரூபா.”

“முக்கால் ரூபாயா?” அம்மா ஆச்சரியப்படுபவளைப் போல வாயைப் பிளந்தாள்.

“பன்னிரண்டு அணாவா?” – என் ‘சகதர்மிணி’ ரூபாயை அணாவாக மாற்றி ஆச்சரியப்பட்டாள்.

“இதே, திருவிழாக் காலமானா ரெண்டு, ரெண்டரைக்கு விக்குமாக்கும்” என்றாள் முறக்காரி.

“பத்து ரூபாய்க்கும் விற்கலாம். ஆனால் முறம் மாத்திரம் மூங்கிலாக இருக்கக்கூடாது. வெங்கலமா இருக்கணும்” என்று சொல்லிப் புன் முறுவல் பூத்தாள் அம்மா.

‘வெங்கல முறமா அது எதுக்கு உதவும் அம்மா? இந்த முறந்தானே கண்ணுக்கு அழகு? காரியத்துக்கு எளிசு? விலையும் குறைவு?”

‘அட! இவளுக்கும் விளம்பரக் கலையில் பயிற்சி இருக்கிறதே!’ என்று நான் ஆச்சரியப்பட்டேன்.

“சரி, சரி, விலையைச் சொல்லு” என்றாள் அம்மா.

“அதுதான் சொன்னேனே! ரெண்டும் முக்கால் ரூபாய்; அதுக்குக் குறைவில்லை. வேணுமானால் வாங்கிக்கோ; இல்லையின்னா, கடை வீதிக்குப் போய் வித்து விட்டு வரேன்.”

“மகராஜியாப் போயிட்டு வா. முக்கால் ரூபாய் கொடுத்து வாங்குகிற மகாராஜன் அங்கே, நீ வரவில்லை வரல்லையின்னு காத்துக்கொண்டிருக்கான். போய் வித்து விட்டுவா.”

“சரி, உங்களுக்கு வேணாமா?”

“வேணும்; ஆனால் நீ சொல்கிற விலைக்கு வேண்டாம்.”

“என்னதான் விலை குடுப்பீங்க?”

“எட்டணாவுக்கு மேலே ஒரு தம்பிடியும் குடுக்க மாட்டேன்.”

அநேகமாக வருகிறவர் சொல்லும் விலையில் பாதிக்குக் கேட்பது அம்மா வழக்கம். இந்தத் தடவை பெரிய மனசு பண்ணி மூன்றில் இரண்டு பங்குக்குக் கேட்டு விட்டாள். அதிலிருந்து முறம் வீட்டுக்கு எவ்வளவு அவசியம் என்பதை ஊகித்துக் கொண்டேன்.

“என்னம்மா, ஒரேயடியாக் கொறைச்சுக் கேக்கறீங்க. மூங்கில் வெலையெல்லாம் ஏறிப் போயிருக்குங்க. நாங்க செஞ்ச வேலைக்குக் ‘கூலி’ என்ன மிஞ்சப் போவுது?”

“ஆமாமா; நீ இந்தப் பட்சி தீர்த்தத்துக்கு வருகிறவர்களிடம் முறம் நஷ்டத்துக்கு வித்துப் புண்ணியம் சம்பாதிக்கிறையோ? கூலியே இல்லை என்கிறாயே! அப்படியானா இந்தத் தொழில் எதுக்கு? வேறு ஏதாவது வியாபாரம் செய்யலாமே..”

“பதினோரணாக்குக் குடுக்கறேன்.”

‘அடே ரொம்பக் கொறைச்சுக்கொண்டு விட்டாயே!’ என்று மனைவி பரிகாசத் தொனியில் சொல்லிவிட்டு என்னைப் பார்த்தாள். தானும் இந்தப் பேரஞ் செய்யும் கலையில் பயிற்சி பெற்று வருவதை நான் தெரிந்து கொள்ள வேண்டு மென்று பார்த்தாள் போலும்! நானோ முறம் கட்டும் தொழிலில் எத்தனை கஷ்டம் இருக்குமோ என்று சிந்தித்துக் கொண்டிருந்தேன். சம்பாஷணை நீண்டு கொண்டே இருந்தது. வாதப் பிரதி வாதங்கள் ஒன்றுக்கொன்று சளைக்காமல் இருந்தன.

அப்போது உள்ளே குழந்தை அழுதது. அதன் ஒலியை என் மனைவி காதில் வாங்கிக்கொண்டாளோ, இல்லையோ, தெரியவில்லை. திடீரென்று முறக்காரி, “சரி, ஒன்பதணாவாவது குடுங்க. நேரமாயிடுத்து” என்று பர பரப்புடன் கூறினாள். அது வரையில் நிதானமாகப் பேசியவள், பதினோரணாவிலே பிடிவாதமாக நின்று கொண்டிருந்தவள், அப்போது அவ்வளவு பரபரப்பாகப் பேசினது எனக்கு விளங்காத புதிராக இருந்தது. தன்னுடைய வாதங்கள் வெற்றி பெற்றன என்ற சந்தோஷம் என் அன்னையின் முகத்தில் ஒளிர்ந்தது.

“எட்டணாத்தான் தருவேன்” என்று அவள் பிடிவாதம் செய்தாள்.

“அம்மா, உனக்குப் புண்ணியமாப் போவுது. தர்மம் செஞ்சதா நினைச்சுக்கோ. கடை வீதியில் கொண்டு போய் வித்தா முக்கால் ரூபா சுளையாக் கிடைக்கும். ஆனால் அங்கே போக நேரம் இல்லை.”

“என்ன அப்படி அவசரம்?”

“குழந்தையை வீட்டிலே விட்டு விட்டு வந்திருக்கிறேன். அது பசியினாலே அழும். இதோ நான் போகணும். நீங்க குடுக்கறதைக் குடுங்க.”- அவள் குரலில் ஏதோ சோகம் தொனித்தது.

“வீட்டிலே குழந்தையைப் பார்த்துக்கறவுங்க ஆரும் இல்லையா?”

“நான் ஒண்டிக்காரி. அதெல்லாம் இப்ப என்னத்துக்கம்மா? காசைக் குடுங்க. நான் போகணும். மனசு வச்சு ஒன்பதணாக் குடுத்தாக் குடுங்க. அப்புறம் உங்க இஷ்டம்.”

இப்போது உள்ளே குழந்தை வீரிட்டுக் கத்தியது.

“....குடுங்க; சீக்கிரம் குடுங்க. குழந்தை துடிச்சுப் போயிடும்.”

இந்தப் பேச்சைக் கேட்டபோது என் மனசு என்னவோ செய்தது. அவளுடைய குழந்தை துடிக்கிறதோ இல்லையோ, அதைக் கேட்க எனக்குக் காதில்லை. உள்ளே குழந்தை அழும் அழுகை, அவளுக்குத் தன் குழந்தையின் துடிப்பை நினைப்பு மூட்டி விட்டது.

என் மனைவியைக் கடைக்கண்ணால் பார்த்தேன்; அவள் புரிந்து கொண்டாள். குழந்தையைக் கவனிக்க உள்ளே போய்விட்டாள். சில்லறை எடுத்துவர உள்ளே போன என் அன்னை வெளியே வந்தாள். “இந்தா,

பன்னிரண்டணா, நீ பிள்ளைத்தாய்ச்சியின்னு தெரிஞ்சிருந்தா இவ்வளவு நேரம் நிறுத்தி வச்சிருக்கமாட்டேன். போய்க் குழந்தைக்குப் பால் குடு."

முறக்காரி ஆச்சரியப்படுவது கிடக்கட்டும்; எனக்கே ஆச்சரியமாகிவிட்டது. அம்மாவா, இவ்வளவு பேரத்துக்குப்பின் அவள் கூறின விலையையே கொடுத்து விட்டாள்.

ஆம்! உண்மை. குழந்தையின் மேல் முறக்காரிக்கு இருந்த பாசம் தூய்மையானது. அது என் தாயின் உள்ளத்தை உருக்கி விட்டது. அவளும் தாய் அல்லவா? அவளுக்கும் அந்தப் பாசம் இருக்கிறதென்பதை நானல்லவா அறிவேன்?

விசித்திர உலகம்

“பஜனை மடம் கிருஷ்ணையரா பாடுகிறார்?”

“ஆம்!”

“இன்னும் இந்த ஊரிலேதான் இருக்கிறாரா?”

“வேறே போக்கிடம்?”

‘ரகுபதி ராகவ ராஜாராம், பதீத பாவன சீதாராம்’ என்ற நாமாவளி ஜாலராச்சத்தத்துடன் தெளிவாகக் கேட்டுக் கொண்டிருந்தது. கிருஷ்ணையருடைய குரல் சிறிது கீச்சுக் குரல். ஆகையால் பலர் பாடினாலும் அந்தக் குரல் தனியே எடுத்துக் காட்டியது. தனுர்மாச பஜனை வழக்கம்போல் இந்த வருஷம் நடைபெறுகிறது. பல வருஷங்களாக, எனக்கு நினைவு தெரிந்த கால முதல், கிருஷ்ணராயபுரத்தில் இந்தப் பஜனையைக் கேட்டு வந்திருக்கிறேன். ஸ்ரீராம நவமி, கோகுலாஷ்டமி, ராதாகல்யாணம் என்று அவ்வூர்ப் பஜனை மடத்தில் ஒவ்வொரு விசேஷமும் நடக்கும் போது பக்கத்து ஊர்களிலிருந்து பாகவதர்களும் பஜனைக்காரர்களும் வந்து கூடுவார்கள். ஆறு நாளோ, பத்து நாளோ, பன்னிரண்டு நாளோ ஊர் முழுவதும் பஜனை மயம். கிருஷ்ண நாமமும் ராம நாம மும் மூலைக்கு மூலை கேட்கும். குழந்தைகளெல்லாம், “கிருஷ்ணா ராமா கோவிந்தா – ஹரே – ராமா கிருஷ்ணா கோவிந்தா” என்று கைத்தாளம் போட்டுக் கொண்டு கூத்தாடும்.

என் இளமைக் காலத்தில் அந்த ஊரில் நான் இருந்தேன். ஐந்தாறு வருஷங்கள் சேர்ந்தாற்போல இருந்தேன்.

என் தகப்பனார் அந்த ஊரில் வேலை பார்த்தார். பிறகு மாற்றலாகிவிட்டது. இளமையில் இருந்த ஊராகையால் அது சொந்த ஊரைப்போலாகிவிட்டது. அதோடு, மற்ற ஊர்களைக் காட்டிலும் அந்த ஊரின் ஒவ்வோர் அம்சமும் என் உள்ளத்திலே பதிந்திருந்தது. அப்படிப் பதிந்த படத்தில் கிருஷ்ணையர் உருவமும் ஒன்று.

இருபது வருஷங்கள் ஆகிவிட்டன, நான் இந்த ஊர்ப் பக்கம் வந்து. என் நண்பன் அடிக்கடி எழுதுவான்; "இந்த ஊரில் எனக்கு அபார அபிமானம் என்று அளக்கிறாய். ஒரு தடவையாவது வந்து நாலு நாள் இருந்து விட்டுப் போக மாட்டேன் என்கிறாய்" என்று எழுதுவான். எனக்கு வரவேண்டும் என்று ஆசைதான். அகண்ட காவேரியின் கரையில் பழைய தமிழ் நாட்டுக் கிராமத்துக்கு உதாரணமாக விளங்கிய அந்த ஊரில் நாலு நாள் என்ன, நாற்பது வருஷம் இருந்தாலும் நல்லது தான். தெய்வ பக்திக்கும் நல்ல மனிதர்களின் சுகவாசத் துக்கும் ஏற்ற இடம் அது.

ஆனால், நான் கர்நூலிலல்லவா இருக்கிறேன்? விதி என்னை அங்கே இழுத்துக்கொண்டு போய்த் தள்ளி இருக் கிறதோ கர்நூலில் பெரிய வியாபாரக் கம்பெனியில் மானேஜராகக் கை நிறையச் சம்பளம் வாங்கிக்கொண்டிருக்கிறேன். கௌரவத்துக்கோ, அந்தஸ்துக்கோ, சௌகரியங்களுக்கோ குறைவு ஒன்றும் இல்லை. தமிழ் நாட்டில் அமைதியான கிராமத்தில் வந்து பார்க்கும் போது தான் என்னுடைய நகர வாழ்வின் பயனற்ற தன்மை புலப்படுகிறது. சதா யந்திரம் போல்

உழைத்துக் கொண்டேயிருந்தால் போதுமா? மனச் சாந்தியுடன் அமைதியான முறையில் ஓடாமல் உழலாமல் வாழ வகையில்லையே! கடபுடா சத்தத்துக்கிடையில், காசு பணத்தின் கணகண சத்தத்துக்கிடையில், மனிதனுக்கு ஓய்வேது, ஒழிவேது? அமைதியேது, ஆனந்தம் ஏது?

இந்தக் கிராமவாசிகளைப் பார்த்தால் எனக்கு எவ்வளவு பொறாமையாக இருக்கிறது! அவசர அவசரமாகச் சாப்பிட வேண்டுமா? படபடப்பாகக் காரியம் செய்ய வேண்டுமா? வருகிற தபாலையும் போகிற தபாலையும் பார்க்க வேண்டுமா? இன்றைக்குப் பம்பாய், நாளைக்குச் சென்னை என்று பயணம் கட்ட வேண்டுமா? – ஒன்றும் இல்லை. காலையில் சுகமாகக் காவேரியில் நீராடிவிட்டு, வரும் போது ஆண்டவன் திருக்கோயிலில் அரஹரா என்று சொல்லிக் கொஞ்சம் தியானமும் செய்துவிட்டு, வீட்டுக்கு வந்து அமைதியாக விவசாயமோ , வியாபாரமோ கவனிக்கலாம். என் நண்பன் திருக்கண்மாலி இருக்கிறான். அவனும் பணம் சம்பாதிக்கிறான்; நானும் சம்பாதிக்கிறேன். அவன் பணம் அமைதியாக வருகிறது; தேங்காயில் இளநீர் நிறைவது போல நிறைகிறது. என் பணம் சலசலப்போடு வருகிறது; ஓட்டைத் தொட்டியில் விழும் குழாய்த் தண்ணீர் போல.

“நந்த குமார கிருஷ்ணா – நவநீத சோர கிருஷ்ணா
வேணுவிலோல கிருஷ்ணா – விஜய
கோபாலகிருஷ்ணா!”

என்னுடைய சிந்தனையை மறுபடியும் இந்தக் குரல் கலைத்தது. கிருஷ்ணையரின் கீச்சுக் குரல் தான் அது. ஆனால் இருபது வருஷங்களுக்கு முன் நான் கேட்ட

மிடுக்கு அதில் இல்லை; உருக்கம் இருந்தது. பழைய கம்பீரம் இல்லை; கரகரப்பு இருந்தது. உற்சாகம் இல்லை; ஓய்வு இருந்தது.

திருக்கண்மாலியை மறுபடியும் கேட்டேன்: "ஏன், கிருஷ்ணையர் இன்னும் அப்படியே இருக்கிறார்? அவர் இன்னும் உஞ்சவிருத்திதான் எடுக்கிறாரா?"

"அன்றிருந்த மேனிக்கு அழிவில்லை."

"அவருக்கு ஒரு பிள்ளை இருந்தானே; அவன் இப்போது எங்கே இருக்கிறான்?"

"அவன் எங்கே இருக்கிறானோ, கடவுளுக்குத்தான் வெளிச்சம்."

மறுபடியும் என் உள்ளம் இருபது வருஷங்களுக்கு முன் ஓடியது.

என் தகப்பனார் வாசல் திண்ணையில் உட்கார்ந்து கொண்டிருந்தார். கிருஷ்ணையர் ஜால்ராவைத் தட்டிய படியே உஞ்சவிருத்தி எடுத்துக் கொண்டு வந்தார்.

"என், கிருஷ்ணையரே, எங்கே ஒரு வாரமாகக் காணவில்லை?" என்று என் தகப்பனார் விசாரித்தார்.

"என் தங்கையைப் பார்க்கப் போயிருந்தேன்."

"இந்தச் சனிக்கிழமைப் பஜனை நீங்கள் இல்லாமல் சோபிக்கவே இல்லை" என்றார் என் தகப்பனார்.

"ஒருத்தருக்காக ஒன்று காக்க முடியுமா? எப்போதுமே என்னை எதிர்பார்க்க முடியுமா?" என்றார். கிருஷ்ணையர். அந்தப் பேச்சு இன்னும் எனக்கு நன்றாக ஞாபகம் இருக்கிறது. அவர் பேச்சுக் கணீர் என்று ஒலித்தது. அதில் ஒரு முறுக்கு இருந்தது.

"என்ன அப்படிச் சொல்லுகிறீர்களே பஜனை மடத்தில் நீங்கள் இல்லாமல் என்ன நடக்கும்? கீழ்க் கடைகளெல்லாம் ஒன்றுக்கும் பிரயோசனம் இல்லை. இந்தப் பஜனை மடம் உங்களுக்காக அமைந்துவிட்டது. நீங்களும் இதற்காகவே அமைந்திருக்கிறீர்கள்."

"அப்படியெல்லாம் சொல்லாதீர்கள். யாருக்காக யார் இருக்கிறார்கள்? ஏதோ பகவான் கிருபையினால் இன்னும் நாலைந்து வருஷம் இந்த உஞ்ச விருத்தியையும் பஜனையையும் பண்ணிக்கொண்டிருக்கலாமென்று இருக்கிறேன். பிறகு பகவான் கிருபை இருந்தால் இந்த விருத்தியையே போக்கி விடலாம்."

என் தகப்பனாருக்கு அவர் சொன்னது விளங்கவில்லை. மனைவியை இழந்த கிருஷ்ணையர் தன்னந் தனியாகவே வாழ்ந்து வந்தார். நாலைந்து வருஷம் என்று அவர் போட்ட கெடு எதைக் குறிக்கிறதென்று விளங்கவில்லை. அவர் அவ்வளவு காலந்தான் ஜீவித்திருப்பாரென்று எண்ணுகிறாரா?

"சே சே! அப்படிச் சொல்லாதீர்கள். நீங்கள் தீர்க்காயுசாகப் பகவத் பக்தி பண்ணிக்கொண்டு வாழ வேண்டும்" என்று என் தகப்பனார் சொன்னார்.

“வாழலாம். பகவான் மனசு வைத்தால் காலையில் எழுந்து ஜாலராத் தட்டி ஊர் சுற்றும் வேலையை விட்டு விட்டு வீட்டில் இருந்தபடியே பஜனை பண்ணிக்கொண்டு வாழலாம். வாழ முடியுமென்று தான் நம்புகிறேன்.”

விஷயம் விளங்காமல் மயங்கிய என் தந்தையார், “நீங்கள் என்ன சொல்கிறீர்கள் என்று தெரியவில்லையே!” என்றார்.

“என் பையனை என் தங்கை வீட்டில் விட்டிருக்கிறேன். அவன் படித்துக் கொண்டிருக்கிறான். நாலைந்து வருஷத்தில் படிப்பு முடிந்துவிடும். பிறகு ஏதாவது ஒரு வேலை கிடைக்காதா? அவனுக்குக் கல்யாணம் பண்ணி வைத்துக் குடியும் குடித்தனமுமாக வாழப் பண்ணினால் நமக்கு என்ன குறைவு? ராஜரிஷி போல இருக்கலாம்.”

இதை அவர் சொல்லும் போது எடுப்பான தொனியிலே சொன்னார். அவர் உள்ளம் எவ்வளவு உறுதியான கற்பனையைச் செய்தது என்பதை அது காட்டியது. முகத்திலே மலர்ச்சி; உடம்பிலே சுறுசுறுப்பு; வார்த்தையிலே முறுக்கு.

***

மறுபடியும் வெளியிலே பஜனை ஒலி கேட்டது. அந்தப் பழைய தொனி எங்கே? இப்போதுள்ள குரல் எங்கே? அது விளக்கு; இது நிழல். அது உருவம்; இது படம். அது உடம்பு; இது எலும்புச் சட்டகம்.

பஜனைக் கூட்டம் என் நண்பன் வீட்டு வாசலுக்கு வந்துவிட்டது. என் நண்பன் மனைவி குடத்தில் நீர் கொண்டு வந்து பஜனைக்காரர்களுடைய காலில் விட்டாள். பிறகு மரக்கால் நிறைய அரிசியைக் கொண்டு வந்து ஒரு பிடி எடுத்துக் கூட்டத்தின் தலைவராக இருந்தவருடைய செம்பில் போட்டுப் பாக்கியை அருகில் ஒருவர் எடுத்துவந்த கூடையிலே போட்டு விட்டுக் கூட்டத்தை வலம் வந்து நமஸ்கரித்து உள்ளே சென்றாள்.

இவ்வளவு நேரமும் வாசலில் கூட்டம் நின்றிருந்தது. நான் நன்றாகக் கவனித்துப் பார்க்க முடிந்தது. பார்த்தேன்; கூட்டத்தின் தலைவரைத்தான் கூர்ந்து பார்த்தேன் கிருஷ்ணையரா இந்த நிலையில் இருக்கிறார்! உடம்பு மெலிந்து போய், எலும்பு தெரிந்தது. மயிர் நரைத்துப் போயிருந்தது. மீசையுந் தாடியும் அடர்ந்து வளர்ந்திருந்தன. அவற்றின் நடுவிலே அவர் முகம் அடையாளமே தெரியவில்லை. அங்கே நின்ற பொழுது இடையிலே "ராமா!" என்று சொல்லிப் பெருமூச்சுவிட்டார்.

உடம்பில் மெலிவும் ஓய்வும் எனக்குத் தெளிவாகப் புலப்பட்டன. ஆனால், முகத்தில் மாத்திரம் ஒருவகையான பொலிவு இருந்தது. இளமைக் காலத்தில் நான் பார்த்த காட்சியில் அவர் உஞ்சவிருத்திப் பிராமணராகத் தென்பட்டார். இப்போது முனிவரைப் போலத் தோற்றினார். உடம்பு இளைத்திருந்ததே ஒழிய உள்ளம் இளைத்தவராகத் தோற்றவில்லை.

கூட்டம் நகர்ந்தது. என் உள்ளமும் கூடவே நகர்ந்தது. கிருஷ்ணையர் ஏன் இன்னும் உஞ்ச விருத்தித் தொழிலை

விடாமல் இருக்கிறார்? அவருடைய பிள்ளை எங்கே? ஒருகால் இளம்பிராயத்திலே இறந்து போய் விட்டானோ – அவரைப் பார்ப்பதற்கு முன் எனக்கு அவ்வளவு வேகம் உண்டாகவில்லை. பார்த்த பிறகு அவரைப்பற்றி முழு விவரமும் தெரிந்துகொள்ளும் ஆவல் அதிகரித்தது. 'அவரையே கேட்கலாமா? அவரோடு பழகுபவர்களைக் கேட்கலாமா?' என்று யோசித்தேன்.

மறுபடியும் என் நண்பன் திருக்கண்மாலியையே கேட்கலாமென் றெண்ணினேன்.

"கிருஷ்ணையரைப் பார்த்தால் வசிஷ்ட மகரிஷி மாதிரியல்லவா இருக்கிறது? அவர் முகத்தில் சாந்தம் நிலவுகிறது. அதனூடே துக்கத்தின் சாயையும் தோன்றுகிறது. அவர் பிள்ளை இருக்கும் இடம் தெரியவில்லையா?" என்று கேட்டேன்.

"கிருஷ்ணையர் இப்போதென்ன, எப்போதுமே தபஸ்வி. அவரிடம் யாருமே மரியாதையாகவே பழகுகிறார்கள். அவருடைய பிள்ளை, இருப்பதாகத்தான் கேள்வி. அவனைப்பற்றி யாரும் இப்போது பேசுவதில்லை; அவரும் சொல்வதில்லை. உனக்கு அதைப்பற்றி ஏனப்பா கவலை?" என்றான் அவன்.

பல வருஷங்களுக்கு முன் என் தகப்பனாரிடம் அவர் பேசிக்கொண்டிருந்த காட்சிதான் எனக்கு அவ்வளவு ஆவலை எழுப்பியது. அவர் ஆசாபங்கம் அடைந்து. விட்டாரா? ஏன்? – அந்தப் பழைய நிகழ்ச்சியை நண்பனிடம் சொன்னேன். அவனுக்கு ஒருவாறு என் ஆவல் புலப்பட்டது.

“அதைப்பற்றி எனக்கு ஒன்றும் தெரியாது. சில வருஷங்களுக்கு முன் அவர் வேறே எங்கோ போயிருந்தாராம். கிட்டத்தட்ட ஒரு வருஷம் அவர் இங்கே வரவே இல்லை. பிறகு வந்தார். அது முதல் இப்படியே இருந்து வருகிறார். அதைப்பற்றி ஏதாவது தெரிந்து கொள்ள வேண்டுமென்றால், அவருடைய பரமானந்த சிஷ்யன் ஒருவன் இருக்கிறான். எப்போதும் அவருடனே இருந்து பஜனைப் பத்ததியைக் கற்றுக்கொள்கிறான். அவனைக் கேட்டுப் பார்; ஏதாவது தெரியலாம்.”

ஒரு விஷயம் எளிதிலே புலனாகாவிட்டால் அதைப் பற்றிய ஆராய்ச்சி அதிகமாகிறது. அந்த விஷயம் மர்மமுடையதாக, அருமையானதாகத் தோற்றுகிறது. கிருஷ்ணையர் வாழ்க்கையிலே ஒரு பெரிய மர்மம் இருப்பதாக நான் ஊகித்தேன். அது சாமான்யமாக இராது; அவர் வாழ்க்கைப் போக்கையே மாற்றியிருக்க வேண்டும்.

நடராஜன் சொன்னான்:- அவன் தான் கிருஷ்ணையருடைய பரமானந்த சிஷ்யன். “இவருடைய பிள்ளை வேலையாக இருக்கிறான். போலீஸ் இலாகாவில் வேலையாம். அவனைப்பற்றி இவர் மிகவும் பெரிய பெரிய கோட்டைகளை யெல்லாம் கட்டியிருந்தார் தம்முடைய பிற்கால வாழ்வை அவனுடன் கழிக்கலாம் என்று நினைத்துக் கொண்டிருந்தார். ஆனால் பகவான் இவரை இந்த ஊருக்கே உரியவராக ஆக்கியிருக்கும் போது, இவராக ஒன்று செய்ய முடியுமா?”

“ஏன் அப்படி ஆயிற்று?” என்று கேட்டேன்.

“இவருக்கு அவனிடத்தில் ஆசை. அவனுக்கு மனைவிமேல் ஆசை.”

“விஷயத்தைத் தெளிவாகச் சொல்லப்பா.”

“பையனுக்கு நல்ல இடத்தில் கல்யாணம் ஆயிற்று. போலீஸ் இலாகாவில் உத்தியோகமும் ஆயிற்று. இவர் அவனோடு போய் வாழலாமென்று தான் நினைத்தார். அவன் தனியே குடித்தனம் நடத்தும் போது சிலதடவை போய்விட்டும் வந்தார். அவருடைய பிள்ளை, ‘நீங்கள் கிருஷ்ணராயபுரத்திலேயே சுகமாக இருங்கள். நான் ஊர் ஊராகச் சுற்ற வேண்டியிருக்கும். உங்களுக்கு வீண் அலைச்சல் எதற்கு? மாசம் மாசம் செலவுக்குப் பணம் அனுப்பிவிடுகிறேன்’ என்றானாம். வெகு காலமாக நம்பிக்கையோடு காத்திருந்தவர் இவர். ‘அலைச்சல் என்னப்பா? உன்னோடு இருப்பது தான் எனக்குச் சௌக்கியம். இனிமேல் எனக்கு ஊர் நீ இருக்குமிடந்தான்’ என்றாராம். அவன், ‘உங்களுக்குச் சௌக்கியமாக இருந்தால் போதுமா? எங்களுக்குச் சௌக்கியம் வேண்டாமா?’ என்றானாம். அந்த வார்த்தையை இவர் கேட்டுத் திடுக்கிட்டுப் போனாராம். போலீஸ் இலாகாவுக்கு ஏற்ற ஆசாமிதான் அவன்.”

போலீஸ் இலாகா என்றால் எல்லோருமே அப்படித்தான் இருக்கிறார்களா? கர் நூலிலும் ஒரு போலீஸ் சூபரிண்டெண்டெண்ட் இருக்கிறார். அவரைப் பற்றி ஊரே புகழ்கிறதே! எத்தனை பேருக்கு உபகாரச் சம்பளம் கொடுக்கிறார்! எத்தனை ஏழைகளுக்குத் தானம் செய்கிறார்! தமிழ் நாட்டவராகையால் எனக்கு நன்றாகப் பழக்கமாகி விட்டார். ராமராமி ஐயர் என்றால் கர்நூலில்

தெரியாதவர்களே இல்லை. அவருடைய தான தர்மத்தைப் பாராட்டாதவர்களும் இல்லை. அவர் மாதிரி ஒரு பிள்ளை இவருக்கு இருந்திருக்கக் கூடாதா? இவரைக் கண்ணிலே வைத்து இமையிலே மூடுவாரே! உலகமே விசித்திரமானது. அவருக்கு இவரைப் போல ஒரு தந்தை இல்லை; இவருக்கு அவரைப்போல ஒரு தனயன் இல்லை. கொடாக் கண்டனுக்குக் கர்ணனைப் போன்ற பிள்ளையும், சாதுவுக்குப் பிடாரி போன்ற மனைவியுமாக இணைக்கும் விதியை வியப்பதா? வைவதா?

"ராமா!" – காவிரியிலிருந்து வந்துவிட்டார் கிருஷ்ணையர். அவரைக் கண்டவுடன் எனக்கு என்னவோ தோன்றியது; கீழே விழுந்து நமஸ்காரம் செய்தேன். "யார், தெரியவில்லையே!" என்றார். இன்னாருடைய பிள்ளையென்று சொன்னேன்.

"அவரா? மிகவும் நல்லவராயிற்றே! இப்போது எங்கே இருக்கிறார்?"

"பகவானுடைய பாதார விந்தத்தைச் சேர்ந்து விட்டார்."

"அப்படியா? நீ எங்கேயப்பா இருக்கிறாய்?" என்று ஆதரவோடு கேட்டார்.

"கர் நூலில் இருக்கிறேன்."

"கர் நூலா!" – சிறிது நேரம் அவர் யோசனை செய்தார். பிறகு, "குழந்தைகள் உண்டா?" என்று க்ஷேம சமாசாரம் விசாரிக்கலானார். நான் யந்திரத்தைப் போலப் பதில்

சொன்னேனே ஒழிய, அவரை ஒன்றும் கேட்கவில்லை. கேட்கவேண்டுமென்ற ஆசை மாத்திரம் இருந்தது. நடு நடுவிலே கேட்க முயன்றேன். வாய் வரவில்லை. கடைசியில் துணிந்துவிட்டேன். "உங்கள் பிள்ளை இப்போது எங்கே இருக்கிறார்?" என்று கேட்டேன்.

"ராமா.... என்ன கேட்கிறாய்? என் பிள்ளையா? ராமனா?.... இதோ இருக்கிறானே!" என்று மடத்தில் இருந்த ராம படத்தைக் காட்டினார்.

"உங்களுக்கு ஒரு பிள்ளை இருப்பதாக அப்பா சொல்லி யிருக்கிறார். அவரையல்லவா கேட்கிறேன்?"

"ஏன் அப்பா, அந்தப் பழைய குப்பையைக் கிளறுகிறாய்? மறந்து போன சமாசாரம்; வாந்தி யெடுத்த ஆகாரம்; கிழிந்துபோன துணி" என்று சொல்லி "ராமா" என்று மறுபடியும் பெருமூச்சு விட்டார்.

"என்னை க்ஷமிக்க வேண்டும். உங்கள் மனசைப் புண்படுத்துவதற்காக நான் கேட்கவில்லை. என் மனசிலே, இதைத் தெரிந்துகொள்ள வேண்டும் என்ற ஆவல், அடக்க அடக்க அடங்கவே இல்லை. தெரிந்து கொண்டு என்ன செய்யப்போகிறேனென்று கேட்கலாம். நான் உங்களுக்கு ஒன்றும் செய்யப்போவதில்லை. என் மனசிலுள்ள ஆவலைத் தணித்துக்கொள்வேன்; அவ்வளவுதான்" என்றேன்.

என்னுடைய விநயமான வேண்டுகோள் அவர் மனசை இளக்கியிருக்க வேண்டும். "ராமா" என்று பெருமூச்சு விட்டார். பிறகு சொல்ல ஆரம்பித்தார்.

“அவனுக்கும் ராமனென்று பெயர் வைத்தேன். ஆனால் என் ராமன் தான் எனக்கு நிலைத்தான். அந்தக் காலத்தில் பைத்தியக்காரத்தனமாக நான் என்ன என்னவோ கோட்டை கட்டினேன். உஞ்ச விருத்தி செய்து ஜீவனம் செய்வதை இழிவாக நான் மனசுக்குள் எண்ணினேன் உலகம் என்னைத் தாழ்வாக எண்ணிற்றென்று தோன்றியது. பிள்ளைக்கு உத்தியோகமாகி விட்டால் , பிறகு இந்த வேலையை விட்டு விடலாம் என்று நினைத்தேன். அவனுக்கு நல்ல இடத்தில் கல்யாணமாயிற்று. மாமனாரே உத்தியோகமும் பண்ணி வைத்தார். நான் அவனுடன் இருந்தால் அவன் உலகத்தார் கண் முன் தாழ்வாகத் தோற்றலாம் என்று எண்ணினானோ, என்னவோ? யார் அறிவார்கள்? என்னை இங்கேயே இருக்கச் சொன்னான். மாசம் மாசம் பணம் அனுப்புவதாகச் சொன்னான். அப்போது தான் என் ராமன் எனக்கு நல்ல புத்தியைக் கொடுத்தான். இவ்வளவு காலமும் நான் உஞ்சவிருத்தி எடுத்து வருகிறேன். பகவந்நாம பஜனை செய்து வருகிறேன். பெரியவர்கள், சாதுக்கள் செய்து வந்த காரியம் அது. ஸ்ரீ ராமனுடைய சந்நிதியில் பஜனை செய்யும் பாக்கியம் எனக்குக் கிடைத்திருந்தும், அதன் மகிமை எனக்குத் தெரியவில்லை. எந்தக் குறைவும் இல்லாமல் நான் இங்கே வாழ்ந்து வருகிறேன். அப்படியிருக்க, நான் பெற்ற பிள்ளையிடத்திலே யாசகம் வாங்குவதா? அவன் எனக்குப் பணம் அனுப்புவது எதற்கு? தன்னுடன் நான் வந்து வாழக் கூடாது என்பதற்காகக் கொடுக்கும் லஞ்சம் போல அல்லவா இருக்கிறது? போலீஸ்காரன் தொடராமல் இருக்க அவனுக்குக் கொடுக்கும் மாமூல் போல இது இருக்கவில்லையா? போலீஸ் இலாகாவில் அவன் கற்றுக் கொண்டது இது என்று நினைக்கிறேன். நான் ஊரார் முன் பாகவதனாக இருக்கிறேன்; பிச்சைக்காரனாக இருக்கவில்லை. எதனாலும் எனக்குக்

குறைவே இல்லை. இது எனக்கு முன்பெல்லாம் தெரியவில்லை. என் பிள்ளையின் மூலம் எனக்கு உண்மை புலனாயிற்று. ஸ்ரீராம் கைங்கரியமே என் உத்தியோகம். என் ராமனை மறக்காமல் அவன் பிரபாவத்தைப் பஜனை செய்வதைக் காட்டிலும் உத்தமமான வாழ்க்கை உண்டா? ராமன் – என் கோதண்டராமன் – என் சீதாராமன் – என் கல்யாண ராமன்...” அவருக்கு மேலே பேச வரவில்லை. நாக்குத் தழுதழுத்தது.

நடராஜன் வந்து அவரைப் பிடித்துக் கொண்டான். ராமபிரானை நினைத்து அவர் உருகிப் போய் அவசமாகி விடுவது வழக்கமாம்.

என் மனசுகூட உருகுகிறது. அவருடைய பிள்ளைக்கு ராமன் என்று பெயர் வைத்ததாகச் சொன்னாரே; அது என் நினைவில் இருந்தது. நடராஜனை மெல்ல அழைத்துக் கேட்டேன்: “இவர் பிள்ளை எங்கே இருக்கிறார், தெரியுமா?”

அவனும் மெல்லச் சொன்னான்; “கர் நூலில்” என்றான். எனக்குத் தூக்கிவாரிப் போட்டது. அந்த ஊர்ப் போலீஸ் சூப்பரிண்டெண்ட் ராமசாமி ஐயர் – ஆம், அதே தான தர்மசீலர் – என் அகக் கண்முன் வந்து நின்றார்.

“அவரா! அட ராமா!” என்று நானும் ராமனைத் தான் ஆச்சரியத்தால் அழைத்தேன்.

அட ராமா! என்ன விசித்திர உலகம் இது!.

ரத்தக் கண்ணீர்

[பம்பாயிலிருந்து சில மைல் தூரத்தில் கடலில் எலிபெண்டாத் தீவில் சில குகைகள் இருக்கின்றன. ஒரு குகையில் அற்புதமான சிற்பங்கள் இருக்கின்றன. அவற்றில் சில உடைந்திருக்கின்றன. மற்றக் குகைகளில் அநேகமாகச் சிற்பங்களே இல்லை. சில வருஷங்களுக்கு முன் இந்தக் குகைகளுக்குச் சென்று பார்த்தபோது தோன்றிய கற்பனைக் கதையை அன்பர்களுக்குச் சொன்னேன். அதுவே சிறிது மெருகேற்றி இங்கே தரப்படுகிறது.]

கடலின் கொந்தளிப்பு அதிகமாயிற்று. படகு நிலை கொள்ளாமல் கவிழ்ந்து விடுமோ என்ற பயம் யாவருக்கும் ஏற்பட்டது. ஏதோ உல்லாசமாகப் புறப்பட்டவர்கள் திடீரென்று காற்று இப்படி வீசுமென்று நினைக்க வில்லை. பாய்களை லாகவமாகப் பிடித்தார்கள். மீண்டும் கரைக்குப் போகும் வரையில் அபாயம் வராமல் இருக் குமா? அருகே ஒரு தீவும் அதில் மலையும் தெரிந்தன. அங்கே போய் இறங்குவதே நல்லது என்று தோன்றியது, படகில் இருந்தவர்களுக்கு.

"நீலா, படகை இந்தத் தீவுக்கு விடலாமா? இல்லை, கரைக்கே ஓட்டலாமா?" என்று கேட்டான் மாணிக்கம்.

"கரைக்கா? அதற்கு உனக்குத் தைரியம் உண்டா? பேசாமல் இந்தத் தீவுக்கு ஓட்டலாம்" என்றான் நீலன்.

"அந்தத் தீவு மலையும் காடுமாக இருக்கிறதே! அங்கே புலியும் சிங்கமும் இருந்தால் என்ன செய்வது?

கடலுக்குப் பயந்து அவற்றிற்கு இரையாவதா?" என்று கேட்டான் மாணிக்கம்.

"இத்தனை பேர் இருக்கும் போது காட்டு மிருகங் களுக்குப் பயப்படவேண்டாம். நெருப்பு மூட்டினால் புலியோ சிங்கமோ நம்முடைய பக்கத்தில் வராது. வில்லும் அம்பும் கையில் இருக்கும் போது பயப்படக் காரணமே இல்லை. அந்தத் தீவுக்கே போகலாம். இந்தக் கொந்தளிப்பில் நாம் கரை போய்ச் சேருவோம் என்ற நிச்சயம் இல்லை. தீவுக்குப் போவோம். அங்கே போய் எதையாவது செய்துகொள்ளலாம்."

நீலனுடைய கருத்தையே படகில் உள்ளவர்கள் ஆமோதித்தார்கள். படகு தீவை நோக்கிச் சென்றது. தீவு அருகில் வர வர அதன் உருவம் நன்றாகத் தெரிந்தது. மிகவும் உயர்ந்த மலையன்று. நெடுந் தூரத்திலிருந்து பார்த்தால் ஓர் யானை படுத்திருப்பது போலத் தோன்றியது. அதனால் அதற்கு ஆனைத் தீவு என்ற பெயரை வைத்திருந்தார்கள். அது வரையில் அங்கே யாராவது வந்திருக்கிறார்களோ, என்னவோ? நீலனும் அவனுடைய நண்பர்களும் முதல் முறையாக இப்போதுதான் அவசியத்தால் அந்தத் தீவுக்கு வருகிறார்கள்.

மும்பாதேவியின் பக்தர்களாகிய அவர்கள் அப்போது அந்தத் தேவியை வேண்டிக்கொண்டார்கள். நீலன் நடராஜப் பெருமானை வேண்டிக்கொண்டான். நீலனும் மாணிக்கமும் தமிழ்நாட்டிலிருந்து வந்து மும்பையில் குடியேறின சிற்பிகள். நல்ல வீரர்கள். எதற்கும் அஞ்சாதவர்கள். சிற்பக்கலையில் வல்லவர்கள்.

மெல்ல மெல்லப் படகு தீவை அடைந்தது. அவர்கள் சந்தேகப்பட்டது போல எந்தத் துஷ்ட மிருகமும் அவர்களை வரவேற்க வந்து நிற்கவில்லை. ஜனங்கள் நடமாடினதற்கு அறிகுறியாகச் சட்டி பானை உடைசல்களும் கிழிசல் துணிகளும் அங்கங்கே கிடந்தன.

மரங்கள் அடர்ந்திருந்தாலும் இருண்ட காடென்று சொல்வதற்கில்லை. பெரிய புலிகளும் சிங்கங்களும் வாழும் தகுதி அந்தக் காட்டுக்கு இல்லை. சிறுத்தைகள், நரிகள், பாம்புகள் இருக்கலாம். நல்ல கனி மரங்கள் இருந்தன. மணம் மூக்கைத் துளைக்கும் காட்டு மலர் மரங்கள் பல இருந்தன. கடலுக்கு நடுவே நின்ற அந்த மலை மிக அழகாகவே இருந்தது. கலைஞரின் கண்ணுக்கு அது பெரிய அழகுக் குவியலாகத் தோற்றியது. நீலன் அங்கே நின்று பார்த்தான்.

"மாணிக்கம், என்ன அற்புதமான தீவடா இது! இதுவரையில் நாம் இங்கே வராமல் போனது தவறு. இப்போதாவது வரும்படியாக இந்தக் காற்றுச் செய்தது. பிரம்மாண்டமான பாறைகள் எவ்வளவு உறுதியாக நிற்கின்றன! அதோ பார், அங்கே மலையின் பக்கம் உள்ளே குழிந்திருக்கிறது. அந்த இடத்தில் கொஞ்சம் வேலை செய்தால் அற்புதமான குகை ஒன்றை நிருமித்து விடலாமே! அடேடே! அதோ பார், அங்குள்ள பாறை அப்படியே நெட்ட நெடுக நிற்கிறது. உள் வாங்கி யிருக்கும் அதன் அடிப்பாகத்தை இன்னும் வெட்டினால் அழகான குகையாக்கி விடலாமே. ஜனங்கள் வந்து தங்கி வேடிக்கையாகப் பொழுது கழிக்க இந்தக் குகைகள் உதவுமே. முடியுமானால் இந்தத் தீவையே நாம் அற்புதக் குகைகளால் நிரப்பி விடலாம். தமிழ் நாட்டுச் சிற்ப

நயங்களைக் காட்டலாம். நம்முடைய கூட்டத்தார் தனியே இங்கிருந்து வாழலாம்....”

“என்னப்பா, இங்கே கால் வைத்தவுடனே ஆகாசக் கோட்டை கட்ட ஆரம்பித்து விட்டாயே! காற்றுக்குப் பயந்து நாம் இங்கே ஒதுங்கியிருக்கிறோம். எப்போது வீடு போய்ச் சேருவோம் என்ற நிச்சயம் இல்லை. நெடு நேரம் இங்கே தங்கினால் ராத்திரி வந்து விடும். ராத்திரி வேளையில் இத்தகைய இடங்களில் தங்குவது அபாயம். நம்முடன் வந்திருக்கிறவர்கள் தம்முடைய வீட்டையும் குடும்பத்தையும் நினைந்து ஏங்குகிறார்கள். அவர்களை எப்படி மீண்டும் வீட்டில் கொண்டு போய்ச் சேர்ப்பது என்ற கவலை சிறிது கூட இல்லாமல் நீ குகையென்றும் சிற்ப மென்றும் பேசுகிறாயே!” என்று மாணிக்கம் கூறினான்.

“வீடும் குடும்பமும், சோறும் சுகமும் தினந்தோறும் இருக்கிற கவலைகள். அவைகளை மறந்துவிட்டு ஒரு கணமாவது இருக்க வகை உண்டா? கண் முன்னாலே நிற்கும் இந்த இயற்கை அழகிலே கருத்தைச் செலுத்தாமல் இங்கு வந்தும் கவலை தானா? அட பாழும் மனித ஜன்மமே! இது வரைக்கும் இங்கே நாம் வந்ததில்லை. எப்படியோ வந்து விட்டோம். எதிர்பாராத அழகைப் பார்க்கிறோம். இதை ரசிக்க உனக்கு மனசு வரவில்லையே! அவ்வளவு குருடனாகவா போய்விட்டாய்?”

மாணிக்கம் மேலே பேச்சை ஓட்ட விரும்பவில்லை. மற்ற நண்பர்கள் நாலைந்து பேரும் அவனும் சேர்ந்து அந்தத் தீவை ஆராயத் தொடங்கினார்கள். நீலனும் உடன் சென்றான். அங்கங்கே பிரம்மாண்டமான தேன் கூடுகள்

தொங்கிக் கொண்டிருந்தன. சில இடங்களில் தேன் கசிந்து ஓடிக்கொண்டிருந்தது. ஒருவாறு அந்தக் காட்சிகளை யெல்லாம் கண்ட பிறகு ஊர்நோக்கிப் புறப்பட நினைத் தார்கள். புயல் ஒருவாறு ஓய்ந்திருந்தது. நீலனுக்கு அவ்வளவு விரைவில் அவ்விடத்தை விட்டுப் போக மனம் இல்லை. இருந்தாலும் உடன் வந்தவர்கள் வற்புறுத்தும் போது என்ன செய்வது? மறுபடியும் யாவரும் புறப் பட்டு மும்பை வந்து சேர்ந்தார்கள்.

2

யானைத் தீவைப் பார்த்தது முதல் நீலனுக்கு அதனிடம் இறுகலான பற்று ஏற்பட்டது. அவனும் மாணிக் கமும் உறவினர்கள். நல்ல உடல் வலிமை உடையவர்கள். தமிழ் நாட்டிலிருந்து வந்த ஒரு கூட்டத்தைச் சார்ந்தவர்கள். பரம்பரை பரம்பரையாகக் கல் தச்சு வேலை செய்கிறவர்கள். பெரிய பெரிய மலைகளைக் குடையும் வேலைகளில் அவர்களுடைய முன்னோர்கள் ஈடுபட்டிருந்தார்கள். நாளடைவில் தமிழ்நாட்டில் அவர்களுக்கு வேலை கிடைக்க வில்லை. வடக்கே நோக்கிப் புறப்பட்டார்கள். மும்பையில் வந்து தங்கினார்கள். இரண்டு தலைமுறைகளாக இவர்கள் வடநாட்டு வாசிகளாய் விட்டார்கள்.

கல்தச்சர்களானாலும் அவர்களுக்குள் சிலர் அருமையான சிற்ப வேலையிலும் திறமை பெற்றிருந்தார்கள். கல்தூண்களில் பலபல நுண்ணிய வேலைப்பாடுகளைப் பொறித்துக் காட்டும் திறமை அவர்களிடம் இருந்தது. அத்தகைய சிற்பிகளே நீலனும், மாணிக்கமும். சுறுசுறுப்பும் உழைக்கும் திறமையும் உள்ள யுவர்கள்

அவ்விரண்டு பேரும், எப்போதும் இணை பிரியாமல் இருப்பவர்கள்; கட்டிளங்காளைகள்.

இருவரிலும் நீலன் பிறப்பிலே கலைஞன் என்று சொல்வதற்குரியவன், கூலிக்கு வேலை செய்தால் கூட அவன் வேலை செய்யும் போது அதில் ஒன்றிப்போய் நிற்பான். அவ்வளவு உயர்தரமான கலைஞன் என்று மாணிக்கத்தைச் சொல்ல முடியாது. ஆனாலும் அவனும் சிற்பக் கலைத் திறமை படைத்தவனே.

இந்தக் கூட்டத்தில் ஒரு மடமங்கை இள மானைப் போல் வளர்ந்து வந்தாள். தங்கம் என்பது அவளுடைய பெயர். தங்கம் அவள் நிறம். தங்கம் அவள் குணம் நீலனுக்கும் மாணிக்கத்திற்கும் உறவினள். இன்னும் மணமாகாதவள். அழகு விக்கிரமாகத் திகழ்ந்த அவளிடம் நீலனுக்கும் ஆசை இருந்தது, மாணிக்கத்திற்கும் ஆசை இருந்தது. இருவரும் தங்கள் உள்ளக் கோயிலில் அவளை வைத்துப் பூசித்தார்கள். ஆனால் அவள் யாரை விரும்பினாள்? யாரை விரும்பவில்லை? – பெண் உள்ளத்தை அவ்வளவு எளிதிலே அறிந்து கொண்டுவிட முடியுமா?

இருவருமே தனித்தனியே மனப்பால் குடித்துக் கொண்டிருந்தார்கள். தங்கத்தின் தகப்பனிடம் குறிப்பாகத் தங்கள் எண்ணத்தை வெளிப்படுத்தினார்கள். அவனோ, “வயசு வந்த பெண் அவள். அவளுக்கு யாரைக் கல்யாணம் பண்ணிக்கொள்ளப் பிரியமோ அவனையே பண்ணிக்கொள்ளட்டும். நான் குறுக்கே நிற்கப்போவ தில்லை. அவளிடம் இன்னாரைப் பண்ணிக்கொள் என்று நான் சொல்லமாட்டேன்” என்று சொல்லிவிட்டான்.

அவளிடம் நேரே கேட்கும் துணிவு இருவருக்கும் வரவில்லை. நீலன் தங்கத்தை விரும்புவது மாணிக்கத்துக்குத் தெரியும்; அப்படியே மாணிக்கம் தங்கத்தை மணக்க முயல்வது நீலனுக்குத் தெரியும், வஞ்சக உள்ளம் இல்லாமையால் அவள் விருப்பமே முடிவாக ஏற்றுக் கொள்வதற்குரியது என்று இருந்தார்கள் இருவரும். இந்தக் காதல் போட்டியினால் அந்த இரண்டு காளையர்களிடை யிலும் இருந்த நட்புக்குப் பங்கம் ஒன்றும் ஏற்படவில்லை. அவர்களுடைய பெருந்தன்மைதான் அதற்குக் காரணம் சிற்பக் கலையைப் பற்றிய அறிவு தங்கத்துக்கும் உண்டு; சிற்ப எழிலை நன்றாக ரசிக்கத் தெரிந்தவள் அவள். அழகிய சிற்ப உருவங்களைக் கண்டால் மணிக் கணக்காகப் பார்த்துக்கொண்டே இருப்பாள். நீலனும் மாணிக்கமும் உண்டாக்கிய சிற்பப் படைப்புக்களைப் பார்த்துப் பாராட்டுவாள். நீலனுடைய நுண்மையான கலைத்திறனைக் கண்டு வியப்பாள்.

இப்பொழுதெல்லாம் நீலனுக்கு எப்போது பார்த்தாலும் யானைத் தீவைப் பற்றிய பேச்சுத்தான். "என்ன வேலை வேண்டியிருக்கிறது! நம்முடைய உளிகளையெல்லாம் கொண்டுபோய்க் கடலில் தான் போடவேண்டும். அந்த மலையில் இருக்கும் பாறைகளைக் குடைந்து மண்டபம் அமைப்பதாக இருந்தால் அந்த உளிகளுக்குக் கௌரவம் உண்டு" என்று சொல்வான். சில சமயங்களில் மாணிக்கத்தினிடம் யானைத் தீவுக்கு மறுபடியும் போய்வர வேண்டுமென்று வற்புறுத்துவான். அவனுடைய தொந்தரவு தாளாமல் மறுபடியும் ஒருநாள் மாணிக்கமும் வேறு சில நண்பர்களும் நீலனை அழைத்துக்கொண்டு யானைத் தீவுக்குப் போய் வந்தார்கள். ஆனால் இந்த முறை மாணிக்கமும் அந்தத்

தீவின் அழகில் தன் உள்ளத்தைப் பறிகொடுத்தான். "அன்று வந்தபோது எப்படியாவது ஊர் போய்ச் சேரவேண்டும் என்ற எண்ணமே மேலோங்கியிருந்தது. இப்பொழுது தான் நிதானமாகப் பார்க்க முடிகிறது. நீலா, நீ சொல்வது சரியே! இந்த இடம் மிகவும் அழகாகத்தான் இருக்கிறது" என்று கூறினான். நீலனுடைய உற்சாகம் வளர்வதற்குக் கேட்பானேன்? "இந்த இடத்தில் நாம் குகைகளைக் குடைந்தால் என்ன?" என்று கேட்டான்.

"நாம் மாத்திரம் குடைந்தால் போதுமா? வேறு நண்பர்களின் உதவியும் வேண்டாமா?" என்றான் மாணிக்கம்.

"சிற்பக் கலையில் நம் தகப்பன்மார் சம்பாதித்து வைத்தது போதும். நாமும் சம்பாதித்திருக்கிறோம். மற்றவர்களிலும் நம்மைப்போல இருக்கிறவர்களை அழைப்போம். வருகிறவர்கள் வரட்டும். அதிகப்படி ஆட்கள் வேண்டுமென்றால் கொஞ்சம் பண உதவியும் செய்யலாம். இப்போது நான் சொல்லும் காரியத்தின் பெருமை எல்லோருக்கும் தெரியாது. இங்கே என் கனவு பூர்த்தியாகுமானால் மும்பையிலிருந்து தினந்தோறும் மக்கள் இங்கே வந்து இன்புறும் காலம் வரும்."

"நடக்காத காரியத்தைப் பற்றி நாலு நாள் பேசினாலும் பயன் இல்லை. ஏதோ நாலில் ஐந்தில் நாம் இப்படியே வந்து விட்டுப் போவோம். அதுதான் இப்போது சாத்தியம்; மற்றதெல்லாம் ஆகாசக் கோட்டை."

"ஒரு நாள் நம்முடைய மாமனையும் இங்கே அழைத்து வந்து காட்ட வேண்டும்" என்றான் நீலன் மாமன் என்றது தங்கத்தின் தந்தையையே.

“மாமன் என்ன? தங்கத்தையும் சேர்த்து அழைத்துக் கொண்டு வரலாம்.”

இந்தப் பேச்சு முதலில் விளையாட்டாகவே ஆரம்ப மாயிற்று. அப்புறம் காரியமாகவே ஆயிற்று. அடுத்த தடவை அவர்கள் யானைத் தீவுக்கு வரும் போது தங்கமும் அவள் தகப்பனும் வந்தார்கள்.

தங்கம் வந்து பார்த்தாள். ஆஹா! அவள் அடைந்த ஆனந்தத்தை என்னவென்று சொல்வது? “அப்பா, இந்த மாதிரி இடத்தில் நம் ஆயுள் முழுவதுமே இருந்து விடலாம் என்று தோன்றுகிறது” என்றாள்.

“இங்கேயா? மழைக்கும் காற்றுக்கும் என்ன செய்வாய்? சோற்றுக்கும் துணிக்கும் என்ன செய்வது?” என்று கேட்டான் தந்தை.

சோறு துணி மும்பையிலிருந்து வாங்கி வருகிறோம். அதோ அந்தப் பாறைகளைக் குடைந்தால் அழகான குகைகளை அமைத்து விடலாம். பிறகு மழைக்கும் காற்றுக்கும் பயம் எதற்கு”

‘ஆ! இவள் என்ன சொல்கிறாள்? என் கருத்தையே சொல்கிறாளே! ஆஹா! என்ன ‘ரசிகை!’ என்று உள்ளூறக் குதுகுதுப்படைந்தான் நீலன்.

“என்ன மாணிக்கம், தங்கம் சொல்கிறதைக் கேட்டாயா? இங்கே குகையைக் குடைகிறதாம்; இருக்கிறதாம்! பழைய காட்டு மிராண்டிகளைப் போல் வாழ்கிறதாம்”

என்று தங்கத்தின் தகப்பன் ஏளனமாகப் பேசினான். அதைக் கேட்க நீலனுக்குச் சகிக்கவில்லை.

"என்ன மாமா, அப்படிச் சொல்கிறீர்கள்? நாமாகக் குகைகளைக் குடைந்து மண்டபம் செய்து அழகு உண்டாக்குவது காட்டுமிராண்டி வேலையா? அழகிய சிற்பக் கோயிலாக இந்த மலைப் பக்கத்தை ஆக்கி விட்டால் அப்போது தெரியும் இதன் அருமை. தங்கம் சொல்வதில் உயர்ந்த உண்மை இருக்கிறது" இப்போது தங்கமும் தொடர்ந்து பேசலானாள்.

"நீல அத்தான் சொல்வது தான் சரி. கலைஞர்களாக இருந்தால் இந்தப் பாறையைக் குடைந்து மண்டபம் ஆக்க வழி தெரியும். இவ்வளவு உன்னதமான பாறைகளில் சிற்பச் செல்வத்தைக் கொட்டும் வகை அவர்களுக்குத்தான் தெரியும்."

நீலனுக்கு உள்ளம் பூரித்தது. மாணிக்கத்தைப் பார்த்தான். மாணிக்கம் இப்போது பேசலானான்.

"உண்மைதான். முயன்று வேலை செய்தால் இங்கே அழகான குகைகளைச் செதுக்கலாம். தூண்களும் மண்டபமும் குடையலாம்; முடிந்தால் சிற்பங்களைக் கூட அமைக்கலாம்."

நீலன் வியப்போடு அவனை விழித்துப் பார்த்தான். தங்கத்தைத் திருப்திப்படுத்தப் பேசும் பேச்சல்லவா இது?

"எனக்கு ஒன்று தோன்றுகிறது. ஏன் நாமே இந்த முயற்சியை மேற் கொள்ளக் கூடாது? நல்ல இடமாகத்

தேர்ந்து குகைகளைக் குடையலாமென்றே தோன்றுகிறது" என உற்சாகத்தோடு பேசினான் நீலன்.

தங்கம் வாய் திறந்தாள்; "அப்பா கூட உதவி செய்யலாம். ஆனால் சிறு வயசுடையவர்கள் செய்தால் வேகமாகக் காரியம் முடியும். இங்கே பாறையைக் குடைந்து மண்டபம் போல ஆக்கும் வீரனுக்கு மாலையிட வேண்டுமென்று யாரேனும் ஒரு பெண் விரும்பினால் அது ஆச்சரியமாகாது."

இப்போது தங்கத்தின் தகப்பன் அவளை உற்று நோக்கினான். தன்முன் நிற்கும் இளைஞர்களை அவள் போட்டியில் ஈடுபடச் செய்யப்போகிறாளா என்ன? பழைய காலத்தில் சாகசச் செயலில் யார் ஜெயிக்கிறார் களோ அவருக்கு மாலையிடும் வழக்கம் இருந்ததாகக் கதைகளில் கேட்கிறோம். தங்கம் இப்போது அத்தகைய சுயம்வரத்தை விரும்புகிறாளா? கலைப் போட்டியில் ஜயிக்கும் காளையைக் கைப்பிடிக்கும் கருத்துடையவளா?...தந்தை இவ்வளவும் எண்ணினான்; இதற்கு மேலும் எண்ணினான்.

"கலைத் திறமையைக் காட்டச் சந்தர்ப்பம் வந்தால் கலைஞன் சும்மா இருப்பானா?" என்று தட்டி எழுப்பப் பெற்றவனைப் போலச் சொன்னான் மாணிக்கம்.

"அப்படிச் சொல்லுங்கள். எங்கே, பார்க்கலாம். இங்கே அழகிய குகையை யாராவது குடையட்டும்...அவருக்கே நான் மணமாலை சூட்டுகிறேன். கலையை விலையாக வைத்து என்னை அர்ப்பணம் செய்யத் தயாராக இருக்கிறேன்" அவள் இதைக் கூறும் போது ஆவேசம் வந்தவளைப் போலப் பேசினாள்.

3

யானைத் தீவில் உளியின் ஒலி ஒலிக்கத் தொடங்கியது. ஒரு பெண்ணின் உற்சாகப் பேச்சானது கலைஞர்களைத் தூண்டி விட்டது. மாணிக்கம் ஒரு பக்கமும் நீலன் ஒரு பக்கமும் மலையைக் குடையலானார்கள். உதவிக்கு வேறு சிலரையும் அவர்கள் கூட்டிக் கொண்டார்கள். இந்த வேலையில் வெற்றி பெற்றால் தங்கத்தின் காதல் கிடைக்கும் என்ற ஆசை அவர்களுக்குப் போதை ஊட்டியது; முக்கியமாக மாணிக்கத்துக்கு இப்போது அளவற்ற ஊக்கம் உண்டானதற்கு அதுதான் காரணம். நீலனுக்கும் அந்த ஆசை இல்லாமற் போகவில்லை.

இரண்டு குகைகள் உருவாகிக் கொண்டிருந்தன. நீலன் குடைந்த குகை சற்றுப் பெரிதாக இருந்தது. மாணிக்கத்தின் குகை அவ்வளவு பெரிதன்று. வேலை வேகமாக நடந்தது. மாதக் கணக்கில் நடந்தது. வருஷங்கள் கூட ஆயின.

கலைஞர்கள் வேலை செய்து கொண்டிருந்தார்கள். அப் போது தங்கம் தன் தகப்பனோடு வந்து பார்த்துப் போவாள். ஒரு விதமாக மாணிக்கம் குகையைக் குடைந்தான். தூண்களைச் செதுக்கத் தொடங்கினான். இதற்கே இரண்டு வருஷங்கள் ஆகிவிட்டன. தினந்தோறும் வராமல் வாரம் இரண்டு மூன்று முறை வரலானான்.

நீலனோ குகையோடு ஐக்கியமாய்ப் போய் விட்டான். என்றைக்காவது ஒரு நாள் ஊர் போவது, மற்ற நாட்களில் யானைத் தீவிலே இருந்து விடுவது. கண்ணும்

கருத்துமாகக் குகையைக் குடைவதில் அவன் ஈடுபட்டிருந்தான். அவனுக்கு இப்பொழுதெல்லாம் வேறு எந்த நினைவும் வரவே இல்லை. வெறும் குகையைக் குடைவதோடு அவன் லட்சியம் அமைந்து விடுவதாகத் தெரியவில்லை. அவனுக்கு அந்தக் குகையில் சிற்ப உருவங்களைச் செதுக்க வேண்டு மென்ற எண்ணமும் உண்டாயிற்று. அதற்கு ஏற்ற வகையில் அவன் கைகள் வேலை செய்தன. தூண்கள் உருவாயின. சுவர்கள் தோன்றின. அவற்றில் உருவங்கள் தோன்றலாயின. நடராஜப் பெருமான் தாண்டவத்தைக் குகை வாயிலிலே செதுக்கலானான். அதற்குப் பிறகு அவனுக்கு உலக ஞாபகமே இல்லை. அவனுடைய நண்பர்களும் அவனுடைய ஒருமைப்பாட்டைக் கலைக்கவில்லை. சோற்று மூட்டையை அவன் அருகில் வைத்து விட்டுப் போய் விடுவார்கள். எவ்வளவு நேரம் வேலை செய்வானோ தெரியாது. அவன் உளியினால் செதுக் கினானா? இல்லை, இல்லை; உளியினால் எழுதினான். அவ்வளவு நுண்ணிய வேலைப்பாடாக இருந்தது அந்த உருவம்.

அந்தப் பக்கத்தில் குகை உருவாகி விட்டது. மாணிக்கம் தன் காரியத்தைச் சாதித்துக் கொள்ள முனைந்தான். தங்கத்தையும் அவள் தகப்பனையும் அழைத்துக் கொண்டு வந்தான். தான் குடைந்த குகையைக் காட்டினான், நீலன் குடைந்த குகைக்கும் போய்ப் பார்த்தார்கள். அப்போது நீலன் மிகுந்த அசதியினால் பிணத்தைப் போல் தூங்கிக் கொண்டிருந்தான். சுவரில் அரைகுறையான சிற்பம் உருவாகியிருந்தது. தங்கம் அதன் மேல் கண்ணை ஓட்டினாள். அவள் தகப்பன் நீலனை எழுப்பப் போனான். “அவரை எழுப்ப வேண்டாம்” என்று தங்கம் சைகை செய்தாள். அங்கே

பேசுவதற்குத் கூட அவள் விரும்பவில்லை. நெடுநேரம் அந்தச் சிற்பத்தையே பார்த்துக் கொண்டு நின்றாள். அப்பால் புறப்பட்டாள். மற்றவர்களும் புறப்பட்டு விட்டார்கள்.

ஓடத்தில் ஏறி அவர்கள் ஊருக்கு மீண்டு வந்தார்கள். தங்கம் தகப்பனைப் பார்த்தாள். "அப்பா , இந்த வேலையை இவர்கள் ஆரம்பித்து மூன்று வருஷகாலம் ஆய் விட்டதல்லவா?" என்றாள்,

"ஆம்!" என்று தலையசைத்தான் அவன்.

"மாணிக்க அத்தான் வேலையை முடித்து விட்டார்; ஆனால் நீல அத்தான் எப்பொழுது முடிப்பாரோ?"

"எதற்குக் கேட்கிறாய்?" என்றான் தகப்பன்.

"நீல அத்தான் இப்போதைக்குத் தாம் எடுத்துக் கொண்ட வேலையை முடிப்பாரென்று தோன்றவில்லை. இன்னும் எத்தனை வருஷங்கள் ஆகப் போகின்றனவோ ஆகட்டும், ஆகட்டும்!"

"அதுவரைக்கும் நீ கல்யாணம் செய்து கொள்ளாமலே இருக்கப் போகிறாயா?" என்று தகப்பன் கேட்டான். அந்தக் கேள்வி மாணிக்கத்துக்கு ஆறுதலைத் தந்தது. ஆனால் அடுத்த கணத்தில், "என்ன சொல்லப் போகிறாளோ?" என்ற வேதனையையும் தந்தது.

“நான் கிழவியான பிற்பாடு கல்யாணம் பண்ணிக் கொள்வதானால் காத்திருக்கலாம்” என்று சிரித்தாள் தங்கம்.

மாணிக்கம் உள்ளே கிளுகிளுத்தான். தகப்பனோ ஒன்றும் தெரியாமல் விழித்தான்.

“அப்பா, நான் ஒரு முடிவுக்கு வந்து விட்டேன். மாணிக்க அத்தானையே கல்யாணம் பண்ணிக் கொள்வதாகத் தீர்மானம் செய்துவிட்டேன். ஆனால் ஒரு நிபந்தனை: நீல அத்தானுக்கு நாங்கள் கல்யாணம் செய்து கொண்ட செய்தியை யாரும் தெரிவிக்கக் கூடாது” என்றாள்.

மாணிக்கத்துக்கு உடம்பெல்லாம் புல்லரித்தது. தான் இருப்பது பூலோகமோ கைலாசமோ என்று இருந்தது, அசட்டுச் சிரிப்புச் சிரித்துக் கொண்டான். “என்ன மாமா, தங்கம் சொல்வதைக் கேட்டீர்களா?” என்றான்.

ஓடம் கரையைச் சேர்ந்தது. மாணிக்கத்தின் உள்ளமாகிய ஓடமும் இன்பக் கரையை அடைந்தது. ஒரு நல்ல நாளில் தங்கத்தை மாணிக்கம் மணந்து கொண்டான். இனிமேல் அவனுக்கு யானைத் தீவில் வேலை இல்லை. அதை நீலனுக்கே விட்டு விட்டுத் தங்கத்தின் காதலிலே லயித்திருந்தான்.

4

யானைத் தீவில் நீலன் சிற்பங்களைச் செதுக்கி வந்தான். நடராஜரின் ஆனந்தத் தாண்டவம் அற்புதமாகச் சமைந்து விட்டது. பிறகு மற்றோரிடத்தில் உமாதேவியார் ஊடற்

காட்சியை அமைத்தான். அதற்கு நேர் எதிரே ராவணன் மலையை எடுக்க உமாதேவி சிவபெருமானை அணையும் காட்சியைச் சிலையில் செதுக்கினான்.

அவன் கையில் கல் மெழுகைப்போல வளைந்து கொடுத்தது. கையும் காலும், மார்பும் வயிறும் அவன் சிற்றுளியால் உண்டாயின; முகங்கள் தோன்றின; அவற்றில் முறுவலும் மலர்ந்தது. கோபம், தாபம், உவகை ஊக்கம் – இத்தகைய பாவங்களைச் சிற்ப உருவங்களில் காட்டினான். வண்ணமில்லை, கிண்ணமில்லை. எல்லாம் கல் ; ஒரு சில் பெயர்ந்தால் உருவமே மூளியாகிப் போகிவிடும். அத்தகைய நிலையில் அணு அணுவாக அவன் கோலஞ் செய்தான். குகை மண்டபத்தின் நடுவில் திரிமூர்த்தி யுருவத்தை அமைத்தான். மூன்று மூர்த்திகளும் ஒருங்கே அமைந்த திருவுருவம் அது. இரவெல்லாம் உள்ளக் கிழியில் எழுதிக் கற்பனை செய்வான். பகலெல்லாம் உளியினால் அவற்றை உருவாக்குவான்.

பரிவாரங்களையும் மூலமூர்த்திகளையும் படிப்படியாகப் பொறித்தான். அணிகளையும் ஆடைகளையும் மெல்லப் பரிவாரங்களையும் மூலமூர்த்திகளையும் படிப்படியாகப் பொறித்தான். அணிகளையும் ஆடைகளையும் மெல்ல மெல்ல வனைந்தான். முகத்தில் மயிரிழை மயிரிழையாக மெருகேற்றினான். ஒவ்வொன்றும் பூர்த்தி பெற்று முழு உருவமாகத் தோற்றம் பெற்றது. அதைக் கண்டு கண்டு களிகூர்ந்தான்.

வெளியே, காலம் ஓடிக்கொண்டிருந்தது. உள்ளே கலையுருவங்கள் உருவாகிக் கொண்டிருந்தன. காற்றும் மழையும் வெயிலும் வெப்பமும் அவனுக்கு உறைக்க

வில்லை. நாளும் வாரமும் மாதமும் வருஷமும் அவனை அசைக்கவில்லை. அவன் தாடி வளர்ந்தது; அதுதான் காலம் செய்த மாறுபாடு. அவன் நெற்றியில் சுருக்கங்கள் ஏற்பட்டன; அதுவும் காலத்தின் விளைவு. ஆனால் இந்த மாறுதல்கள் தன்னிடம் நேர்ந்திருப்பதை அவன் உணர வில்லை. ஒவ்வொரு புதிய உருவமும் முற்றுப் பெற்ற போது புதிய பிறவியை எடுத்தவனைப்போல ஆனான் நீலன்.

நாட்கள் மாதங்கள் ஆயின; மாதங்கள் வருஷங்கள் ஆயின. அங்கே மும்பையில் இந்தக் கலைப்பணியை மூட்டி விட்டவள், கன்னியாக இருந்தவள், மனைவியானாள். இப்போது தாயும் ஆகிவிட்டாள். ஒரு குழந்தை, பிறகு இரண்டு குழந்தை; இப்போது மூன்றாவது குழந்தையும் பிறந்திருக்கிறது. ஐந்து வருஷங்களில் மூன்று குழந்தைகள் பிறந்துவிட்டன. அவள் மாணிக்கத்தோடு வாழ்ந்தாள். அவனைக் கணவனாக ஏற்றுக்கொண்டாள். ஆனால் நீலனை மறந்துவிட்டாளா? அதுதான் இல்லை. அவனை இப்போதெல்லாம் அதிகமாக நினைத்தாள். இப்போது என்ன செய்கிறாரோ! எப்படி இருக்கிறாரோ? வேலை எப்போதுதான் முடியப்போகிறதோ!' என்று எண்ணினாள். யாராவது போய் வந்தால் விவரங்களைக் கேட்பாள். உலகத்தையே மறந்து அவன் சிற்பத்தில் மூழ்கியிருப்பதைக் கேட்கக் கேட்க அவளுக்கு ஆனந்தம் உண்டாகும். 'சீக்கிரம் முடியவில்லையே!' என்ற வேதனையும் ஏற்படும்.

யானைத் தீவுக்கு இப்போதெல்லாம் அதிகமாக யாரும் போவதில்லை. நீலனுக்குச் சோறு கொண்டு போய்க் கொடுத்துவிட்டு வருவார்கள்; அவ்வளவுதான்.

அவனோடு பேசுவது கூட இல்லை. அவனுக்குப் பேச நேரம் ஏது?

நீலன் உள்ளத்தில் வகுத்துக்கொண்ட சிற்ப மண்டபம் கண்முன் கல்லிலே உருவாகி விட்டது. ஆஹா! என்ன அழகிய கலைக் கோயில்! தேவர்கள் வந்து அமைத்தது போல அல்லவா இருக்கிறது? எல்லாம் முடிந்த பிறகு முழுமையும் ஒரு முறை பார்த்தான் நீலன். தன் தோளைத் தானே தட்டிக்கொண்டான். சந்தோஷத்தால் வெறிக் கூச்சல் போட்டான். அந்த உவகை வெறி அடங்கின பிறகு ஓரிடத்தில் உட்கார்ந்தான். அப்படியே தூங்கிப் போனான்.

எழுந்த பிறகு மறுமுறை தன் கைவேலை முழுவதும் நிதானமாகப் பார்த்தான். தான் எப்போது இந்த வேலையைத் தொடங்கியது என்ற கேள்வி தோன்றியது. மெதுவாக அவனுக்குப் பழைய செய்திகள் நினைவுக்கு வந்தன; இதுவரையில் மறந்திருந்தவை யெல்லாம் ஞாபகத்துக்கு வந்தன. தங்கம் அவன் அகக் கண்ணில் வந்து நின்றாள். அவளை மணம் செய்துகொள்ளும் ஆசையிலிருந்தல்லவா இந்தக் குகை ஆரம்பமாயிற்று? இப்போது இது முடிந்து விட்டது. அவள் இதை இப்போது பார்த்தாளானால் எவ்வளவு பூரித்துப் போவாள்! இப்போது அவன் பழைய நீலனாக இருந்து எண்ணினான். சோறு கொண்டு வந்தவனிடம் சொல்லியனுப்பினான்; "வேலை முடிந்துவிட்டது. தங்கத்தை அழைத்து வா" என்று . தங்கம் பழைய உருவத்தில் கன்னி குலையாமல் இருப்பாளென்பது அவன் எண்ணம் போலும்! அவன் காலத்தை மறந்து வேலை செய்தவன் அல்லவா? ஆனால் காலம்

அவனையோ, தங்கத்தையோ மறக்குமா? அது தன் வேலையைச் செய்துகொண்டேயிருந்தது.

தங்கத்தை எதிர்பார்த்திருந்தான் நீலன். எட்டு வருஷங்கள் கடந்து போனதை அவன் அறியவில்லை. தங்கம் செய்தி கேட்டு ஆர்வத்தோடு வந்தாள். இந்த முறை தகப்பனோடு வரவில்லை; மாணிக்கத்தோடு, தன் கணவனாகி விட்ட மாணிக்கத்தோடு, வந்தாள்.

ஓடத்திலிருந்து இறங்கி இருவரும் வந்தார்கள். ஐந்து வருஷமாகத் தன் நண்பனைப் பாராமல் இருந்தான் மாணிக்கம். இப்போது பார்க்க வந்தான். மாணிக்கமும் தங்கமும் இணைந்து வருவதைக் கண்டான் நீலன். தங்கமா அது? இளைத்துக் கிழடு தட்டிப் போயிருக்கிறாளே! இதென்ன? மாணிக்கத்தோடல்லவா வருகிறாள்? அவனைக் கல்யாணம் பண்ணிக்கொண்டு விட்டாளோ?

அதற்குள் அவர்கள் இருவரும் நெருங்கிவிட்டார்கள். அவர்கள் கணவன் மனைவியாகி விட்டார்கள் என்பது பளிச்சென்று நீலனுக்குப் பட்டு விட்டது. அவள் கழுத்தில் தாலி ஏறியிருக்கிறதைப் பார்த்தான். அந்தக் கணத்தில் அவனிடம் ஒரு வெறி தலைப்பட்டது. அவ்வளவு காலமும் மறைந்திருந்த ஆவல் உச்ச நிலையில் இருந்தது. இப்போது அத்தனையும் ஏமாற்றமாகிவிட்டது. அவன் மூளை கலங்கியது போலாகிவிட்டது. வெகு வேகமாக ஓடினான், குகையை நோக்கி – ஒரு கடப்பாரையை எடுத்தான். வாயிலில் இருந்த சிற்பத்தைப் பார்த்து அடித்தான். “ஏ சண்டாள உலகமே! துரோக உலகமே! உனக்கு இந்தச் சிற்பம் வேண்டாம். ஒழியட்டும் பாறையைக் குடைந்து

சிற்பத்தைப் பொறித்தது அயலானுக்கு இன்பத்தைப் பறி கொடுக்கவா? ஒழி, ஒழி" பைத்தியம் பிடித்தவனைப்போல் அவன் சிற்பத்தின் சில பகுதிகளை உடைத்து விட்டான்.

அதற்குள் மாணிக்கம் ஓடினான். உடன் வந்தவர்களும் ஓடினார்கள். நீலனைக் கட்டிப் பிடித்தார்கள். "என்னடா நீலா, இப்படிச் செய்கிறாய்! உயிரைக்கொடுத்துச் செய்ததைக் குலைக்கப் புகுந்தாயே!" என்று அழுகையும் கூச்சலுமாகச் சொன்னார்கள்.

அவன் அடங்கவில்லை. தங்கம் ஓடிவந்தாள். கண்ணீர் தாரை தாரையாக ஊற்றத் தலைமயிர் குலைய ஓடி வந்தாள். திடீரென்று நீலன் காலில் விழுந்து அவன் பாதங்களைப் பற்றிக்கொண்டாள். "அண்ணா, நீ என் தெய்வம்; நான் உன் பக்தை. இந்தக் காரியத்தை நிறுத்தி விடு. நான் சொல்லவேண்டியதைச் சொல்கிறேன். கொஞ்சம் காது கொடுத்துக் கேள்" என்று அழுதாள். அவளுடைய பெண்மைக் குரல் காதில் விழுந்தபோது நீலன் உள்ளம் வேதனைப்பட்டது. தன் தலை மயிரைப் பிய்த்துக்கொண்டான். "உலகம் பொய்! மாயை! கற்பனை! வெறும் தோற்றம்! போலி!" என்று கத்தினான்.

கிடந்த படியே தங்கம் பேசினாள். "ஆம் அண்ணா, நீ சொல்வது தெய்வ வாக்கு. உலகம் பொய் தான், மாயை தான். ஆனால் இந்தப் பொய் உலகத்தில் மெய்யாக நிற்பது கலை. இந்த மாயா உலகத்தில் மாயையை வென்று வாழ்வது கலை. நீ அதைச் சிருஷ்டித்தாய், சிருஷ்டித்தவனே அழிப்பது பாவம் பெற்ற பிள்ளையைக் கழுத்தைத் திருகிப் போடும் தாய் உண்டா?"

அவளிடம் அழுகையும் பேச்சும் கலந்து கலந்து வந்தன. நீலனுடைய வெறி அடங்கியது. கலை என்ற வார்த்தையை அவள் அடுத்தடுத்துச் சொன்னாள். அது அவன் காதில் விழவிழ அவனுடைய படபடப்பு நின்றது. சோர்வு ஏற்பட்டது. அப்படியே உட்கார்ந்துகொண்டான். இப்பொழுது அவள் எழுந்து நின்றாள்.

"அண்ணா, நான் சொல்வதைக் கேட்கிறாயா? இந்த உன்னதமான கலையை நிர்மாணம் செய்த தெய்வம் நீ என்று உண்மையாக மதிப்பு வைத்துப் பேசுகிறேன். உன்னுடைய ஏமாற்றத்துக்குக் காரணத்தையும் தெரிந்து கொண்டிருக்கிறேன். இந்தக் கலைமேல் ஆணையாக, உன்மேல் ஆணையாகச் சொல்கிறேன். உன்னை ஏமாற்ற வேண்டுமென்பது என் நினைவு அல்ல. உன்னுடைய கலையை மலரச் செய்ய வேண்டுமென்பதுதான் என் ஆசை. உலக இன்பங்களெல்லாம் காலத்தால் வாடிப்போய்விடும். என்னைப் பார். முன்பு நான் எப்படி இருந்தேன்? இப்போது என் உடல் தேய்ந்து அழகு மறைந்து நிற்கிறேன். இதுதான் உண்மையான உலகம். இதற்கு வளர்ச்சி உண்டு. வாட்டம் உண்டு. ஆனால் நீ படைத்திருக்கும் சிற்பக்கோயிலுக்கு வாட்ட மில்லை. நீ உண்டாக்கிய உருவங்களுக்கு நரை திரை மூப்பில்லை."

"அப்படியானால் நீ ஏன் அப்பொழுதே உண்மையைச் சொல்லக்கூடாது?" என்று தலையைத் தூக்கிக் கேட்டான் நீலன்.

"நீ கேட்பது நியாயம் அண்ணா, நியாயம். இரண்டு வருஷங்களுக்குப் பிறகு நான் இங்கே வந்து பார்த்தேன். நீ அப்போது தான் உன் சிற்பத்தைத் தொடங்கியிருந்தாய். உலகை மறந்து வேலை செய்யும்படி விட்டுவிட்டால் நீ

தெய்வீகச் சிற்ப உருவங்களைச் சிருஷ்டிப்பாயென்பது எனக்குத் தெரியும். ஆகவே உன்னை உன் போக்கிலே விட்டு விடுவதுதான் தர்மம் என்று எண்ணினேன். என் எண்ணம் வீணாகவில்லை. நீ படைத்த சிற்பம் இனி எப்போதும் இந்தத் தீவைக் கலைக் கோயிலாக வைத்திருக்கப்போகிறது. நீ என்னை மணந்திருந்தால் இந்தப் படைப்பு ஏற்பட்டிருக்குமா? யோசித்துப் பார். உன்னையே நீ ஏமாற்றிக் கொள்ளாதே. உனக்குக் கலையின் மேல் இருந்தது தான் உண்மைக் காதல். என் மேல் உனக்குக் காதல் இருந்ததாகத் தோற்றியது வெறும் தோற்றம். இல்லாவிட்டால் என்னை மறந்து, உலகத்தையே மறந்து இந்த வேலையில் ஈடுபட்டிருப்பாயா? ஒரு நாளா, இரண்டு நாளா? எட்டு வருஷங்கள் கழிந்து விட்டனவே!''

''என்ன, எட்டு வருஷங்களா!'' என்று கேட்டான் நீலன்.

''ஆம் அண்ணா ஆம்; நீ காலத்தை வென்று விட்டாய்; காமத்தையும் வென்று விட்டாய். ஏதோ பழைய வாசனை ஒரு கணம் உன்னைப் பேயாட்டம் ஆட்டி விட்டது.

''நின்று நிதானித்துப் பார். உன்னை மற்ற மனிதர் களைப் போலப் பெண்டு பிள்ளையுடன் வாழ்ந்து நாளைப் போக்கும்படி செய்ய எனக்கு மனம் இல்லை. நீ இந்தத் தெய்விகக் கலையை நிருபிக்கப் பிறந்தவன். உப்புக்கும் புளிக்கும் கவலைப்படப் பிறந்தவன் அல்ல. காசுக்கும் காமத்துக்கும் அடிமைப்படப் பிறந்தவன் அல்ல. உனக்கு ஏற்ற இடத்தில் உன்னை இருக்கச் செய்து, உன் கலைத் திற மையை மலரவைத்தது பாவமானால் அந்தப் பாவத்துக்கு முழுப் பொறுப்பாளி நானே என்று ஒப்புக்கொள்கிறேன்.''

நீலன் பெருமூச்சுவிட்டான்.

"நிமிர்ந்து பார் அண்ணா , எங்களை. உன் சிநேகிதரைப் பார். அவர் குடைந்த குகை அதோ இருக்கிறது. அங்கே வெறும் உளிதான் வேலை செய்தது. இங்கேயோ? உன் அறிவு வேலை செய்தது; உன் உள்ளம், உன் உயிர் வேலை செய்தது. ஆஹா! என்ன அற்புதமான சிருஷ்டி"

"தங்கம், போதும். எனக்குப் புத்தி வந்தது. உண்மையில் நான் ஒரு கணம் பேயாகத்தான் மாறி விட்டேன். மாணிக்கம், நீ பாக்கியசாலி; ஒரு விதத்தில். ஆனால் உன்னைக் காட்டிலும் நான் அதிகப் பாக்கியசாலி. நீ தங்கத்தின் காதலைப் பெற்ற பாக்கியசாலி. ஆனால் நான் தங்கத்தின் ஆணையைப் பெற்ற பாக்கியசாலி."

"அப்படிச் சொல்லாதே அண்ணா" என்று இடை மறித்தாள் தங்கம். "நீ என்னுடைய ஆணையைப் பெறவில்லை. என்னுடைய அஞ்சலியைப் பெற்றாய். மறுபடியும் சொல்கிறேன்; நீ என் தெய்வம். எல்லோருக்குமே தெய்வம். உன் கையில் உருவானது தெய்விகப் படைப்பு. அது என்றும் வாழும். உன் கலைத் திறமை அதோ அந்த அற்புதத் தாண்டவ மூர்த்தியை உண்டாக்கியது. இந்தப் பாவியின் நினைவு உனக்கு வெறியை மூட்டி அந்தச் சிறிய ஊனத்தை உண்டாக்கிவிட்டது. அதைப் பார். உடைந்த உறுப்பிலிருந்து ரத்தம் சொட்டவில்லை. ஆனால் அதைக் காணும் என் இருதயத்தில் ரத்தம் சொட்டுகிறது. நிமிர்ந்து பார், ஒரு கணத்தில் நீ செய்த காரியத்தை."

நீலன் நிமிர்ந்து பார்த்தான். ஊனமான சிற்பம் அவன் கண்களில் பட்டது. அதில் ரத்தம் சொட்டவில்லை யென்பது உண்மை; தங்கத்தின் இருதயத்தில் ரத்தம் சொட்டியதா, இல்லையா? அதை உணர முடியாது. ஆனால் நீலன் கண்ணில் மாத்திரம் ரத்தக் கண்ணீர் வழிந்தது!

பஞ்ச கல்யாணிக் குதிரை

"நான் கதை சொல்கிறேன்; கேட்கிறாயா?" என்ற சத்தம் கேட்டது. வண்டிக்காரச் செல்லாண்டி, யார் இப்படிக் கேட்கிறதென்று கவனித்தான். அவனுடைய வண்டிக் குதிரைதான் பேசுகிறது! "ஹும்" என்று சொல்லிவிட்டு அந்தக் குதிரையின் கதையைக் காது கொடுத்துக் கேட்க ஆரம்பித்தான்.

துரகபுரி, துரகபுரி, என்ற ஊரிலே துரங்கப்பிரியன் என்ற அரசன் ஆண்டுவந்தான். அவனுடைய ராஜ்யத்தில் தர்ம தேவதை நாலு காலிலும் நின்று கொண்டிருந்தது. ஒரு துறையில் பசுவும் புலியும் சேர்ந்து நீர் குடித்தன. துரங்கப் பிரிய மன்னனுக்கு நல்ல லட்சணமான குதிரைகளைக் கண்டால் ஆசை அதிகம். எத்தனை பொன்னாக இருந்தாலும் விலை கொடுத்து வாங்கிவிடுவான். உலகில் வேறு எந்தத் தேசத்திலும் இல்லாத அபூர்வமான அசுவ ஜாதிகளை அவன் சேகரித்துப் பாதுகாத்து வந்தான்.

துரங்கப்பிரியனுக்கு ஒரு குமாரன் பிறந்தான். அசுவபதி என்ற பெயரை அவனுக்குச் சூட்டி வளர்த்து வந்தான். அரசர்களுக்குரிய வித்தைகளை யெல்லாம் கற்பித்தான். முக்கியமாகக் குதிரையேற்றத்தில் அவனைச் சிறந் தவனாகத் தக்கபடி கற்பிக்கச் செய்தான். அசுவபதியும் தன் தந்தையைப் போலவே பரிமாக்களிடத்தில் அதிக அன்புடையவனாக இருந்தான். பஞ்சபாண்டவர்களுள் ஒருவனாகிய நகுலனைக் குதிரையேற்றத்தில் சிறப்புடையவனாகச் சொல்வது வழக்கம். இவன் பரிக்கு நகுலன் என்ற பெயரை எடுக்க வேண்டுமென்று துரங்கப்பிரியன் ஆசைப்பட்டான்.

இப்படி இருந்து வரும்போது, யாரோ வெளிநாட்டிலிருந்து ஒரு குதிரைக்காரன், எல்லா லட்சணங்களும் பொருந்திய பஞ்சகல்யாணிக் குதிரை ஒன்றைக் கொண்டு வந்தான். துரங்கப்பிரியன் அந்தக் குதிரையைப் பார்த்துப் பிரமித்துப் போனான். அதுவரையில் அவன் காணாத அற்புத அழகோடு விளங்கியது அந்தக் குதிரை. அரச குமாரனாகிய அசுவபதியும் பார்த்தான். அந்தக் குதிரையை தனக்குரியதாக்கி உலக முழுவதும் ஒரு சுற்றுச் சுற்றி, "இந்தக் குதிரை நமக்குக் கிடைக்கவில்லையே!" என்ற பொறாமைத் தீயை மற்ற நாட்டு அரச குமாரர்களிடம் எழுப்பிவிட்டு வரவேண்டுமென்று அவன் விரும்பினான்.

குதிரைக்காரன் தான் எதிர்பார்த்ததற்கு மேலாகவே பொருள் பெற்றான். " இந்தக் குதிரை போகும் இடங்களெல்லாம் மேலும் மேலும் சுபிட்சம் உண்டாகிக் கொண்டே இருக்கும். உங்கள் ராஜ்யத்தில் சகல சௌபாக்கியங்களும் நிரம்பிவிடும்" என்று சொல்லிக் குதிரையை அரசனிடம் ஒப்பித்தான். பிறகு, "ஒரு சின்ன விஷயம் மகாராஜாவிடம் தெரிவிக்க எண்ணுகிறேன். குதிரைகளின் பெருமையைத் தாங்கள் உணராதவர் அல்ல. இந்தக் குதிரை தெய்விகம் பொருந்திய குதிரை. ஆகையால் இதை வீரமுடையவர்கள் ஏறி நடத்த வேண்டும். கண்டவர்களிடம் கொடுக்கக்கூடாது. முக்கியமாக இரண்டு விஷயங்களை வற்புறுத்திச் சொல்ல விரும்புகிறேன். ஒன்று: இதைத் தனியே சவாரி விடவேண்டுமே ஒழிய ரதத்தில் பூட்டக்கூடாது; இரண்டு: ராஜகுலத்தில் பிறவாத பெண்கள் இதன்மேல் ஏறக்கூடாது. இந்த இரண்டு நிபந்தனைகளையும் கடைப்பிடித்து ஒழுகினால் உங்கள் ராஜ்யம் முழுவதும்

இந்திரலோகத்தைப் போன்ற விபவத்தை அடையும். இந்த இரண்டு விஷயங்களிலும் தவறு நேர்ந்தால் இந்தக் குதிரைக்கும் கெடுதி உண்டாகும்; இதை உடையவர்களுக்கும் தீங்கு நேரும்'' என்று கூறி விடை பெற்றுக்கொண்டு சென்றான்.

அந்தப் பஞ்சகல்யாணிக் குதிரையை மிகவும் ஜாக்கிரதையாக வைத்துப் பாதுகாத்து வந்தான் அரசன். அரசகுமாரனாகிய அசுவபதி எப்போதும் அதைக் கவனிப்பதிலேயே தன் காலத்தைச் செலவிட்டு வந்தான். ஒரு நல்ல நாளில் அக்குதிரையின் மேல் ஏறிச் சவாரி செய்தான். அதுவரையிலும் அவன் அத்தகைய ஆனந்தத்தை அடைந்ததே இல்லை. தனக்காகவே தேவலோகத்திலிருந்து அந்தக் குதிரை வந்திருப்பதாகக் கருதினான்.

நாளடைவில் அசுவபதிக்குக் குதிரையேற்றப் பித்து அதிகமாய்விட்டது. காலையிலும் மாலையிலும் குதிரைமேல் ஏறி நெடுந்தூரம் சென்று வருவான். குதிரை வாயுவேகம் மனோவேகமாகப் போகும். அசுவபதியின் குறிப்பை அறிந்து அந்தத் திக்கிலேயே செல்லும். வேலிகளையும் கால்வாய்களையும் அநாயாசமாகத் தாண்டிச் செல்லும். அதன் வேகத்தைத் தடுக்கும் வல்லமை உள்ள பொருள் எதுவுமே இல்லை.

இந்தக் குதிரையின் மேல் ஏறிக்கொண்டு, மற்றத் தேசங்களையெல்லாம் ஒரு சுற்றுச் சுற்றிவரவேண்டும் என்ற விருப்பம் ராஜகுமாரனுக்கு உண்டாயிற்று. தன் தந்தையிடம் அனுமதி பெற்று ஒருநாள் புறப்பட்டான். பலப்பல ஊர்களுக்கும் நகரங்களுக்கும் சென்றான். அங்கங்கே உள்ள அதிசயங்களையெல்லாம் பார்த்தான்.

அங்கிருந்த ஜனங்களெல்லாம் அவனுடைய குதிரையை ஓர் அதிசயப்பொருளாக எண்ணிப் பார்த்தார்கள். ஒரு சமயம் ஏதோ ஓர் ஊருக்குப் போனான். அங்கே ராஜ வீதியின் வழியே அசுவாரூடனாகச் சென்று கொண்டிருந்தபோது, அரண்மனையின் மேல் உப்பரிகையில் அந்த ஊர் ராஜகுமாரி நின்று பார்த்துக்கொண்டிருந்தாள். ராஜகுமாரன் பஞ்ச கல்யாணிக் குதிரையின் மேல் இருக்கும் கோலத்தைக் கண்டு, அவள் சொக்கிப் போனாள். குதிரையின் ஜாஜ்வல்யமான அழகும், அசுவபதியின் வீரத்தடந்தோளும் அவளை மயக்கின. அவனுடைய முகத்தின் அழகிலே அவள் உள்ளம் சிக்குண்டது. தான் அவனைக் கவனிப்பது போலத் தன்னையும் அவன் கவனிக்க வேண்டும் என்ற ஆசை அவளுக்கு உண்டாயிற்று. உடனே தன் கையில் இருந்த தாமரை மலரை அரசகுமாரன் மேலே படும்படி வீசி எறிந்தாள். ஒருவரும் கவனிக்காத சந்தர்ப்பம் பார்த்தே அப்படி எறிந்தாள். அது தன்மேல் விழுந்ததைக் கண்டு அசுவபதி மேலே நிமிர்ந்து பார்த்தான். நல்ல அழகி ஒருத்தி உப்பரிகையின் மேல் நின்று கொண்டிருந்ததைக் கண்டான். அவள் தன் முத்துப் பற்கள் தோன்றும்படி புன்னகை பூத்தாள்; கண்ணைச் சிமிட்டினாள். அரசகுமாரன் உடம்பு புளகம் போர்த்தது.

சிறிது நேரம் குதிரையை அங்கேயே நிறுத்திவிட்டான். நடுத்தெருவில் இப்படி நிற்பதும் மேலே பார்ப்பதும் அபாயம் என்பதை அவனுக்கு உணர்த்துபவளைப்போல ராஜகுமாரி மறைந்துவிட்டாள் .

ராஜகுமாரன் அந்தப் பெண்ணின் மேலே ஞாபகமாக இருந்தான். அந்த ஊரில் ஓர் அம்மையார்க் கிழவி

வீட்டில் தங்கி, எப்படியாவது ராஜகுமாரியின் சிநேகத்தைப் பெறுவதென்று தீர்மானித்தான். ஒவ்வொரு நாளும் குறிப்பிட்ட ஒரு சமயத்தில் தன் குதிரையின் மேல் ஏறிக் கொண்டு ராஜ வீதியின் வழியாகப் போவான். அப்போது ராஜகுமாரி உப்பரிகையின் மேல் நிற்பாள். இருவரும் கண்ணாலே பேசிக்கொள்வார்கள். புன்னகை மூலம் சம்பாஷணை செய்வார்கள்.

ஒரு வாரம் இப்படி நடந்து கொண்டு வந்தது. ஒரு நாள் அசுவபதி, "ராஜகுமாரிக்குக் கல்யாணம் ஆக வில்லையா?" என்று அம்மையார்க் கிழவியைக் கேட்டான். "அவளுக்கு எங்கே கல்யாணம் ஆகப்போகிறது? யாருக்குக் கல்யாணம் ஆகவேணுமோ அந்தப் பெண்ணின் விருப்பத்தைத் தெரிந்து கொண்டு அவளுக்கு ஏற்ற கணவனுக்குக் கல்யாணம் செய்து கொடுப்பது ராஜ குடும்பங்களின் சம்பிரதாயம். இந்த ஊரில் அது இல்லை. அந்தப் பெண்ணின் தாய்க்குப் பிரியமான ராஜகுமாரனுக்குத் தான் அவளைக் கொடுக்கப்போகிறார்களாம். எங்கும் இல்லாத அதிசயமாக இருக்கிறது!" என்று அவள் சொன்னாள்.

"அந்தப் பெண்ணும் என்ன என்னவோ விரதம் இருக்கிறாள். இதோ இன்னும் நாலு நாளில் நவராத்திரி வருகிறது. நவராத்திரி ஒன்பது நாளும் அந்தப் பெண் தன் கையாலேயே பரதேசிகளுக்கு ஆடையும் அரிசியும் பொன்னும் தானம் செய்கிறாள்" என்ற ஒரு புதிய செய்தியையும் கிழவி வெளியிட்டாள். ராஜகுமாரனுக்குப் புதிய நம்பிக்கை உதயமாயிற்று.

நவராத்திரியில் தானம் வாங்கும் பரதேசிகளில் அசுவபதியும் ஒருவனானான். பரதேசி வேஷம் புனைந்து

ராஜகுமாரிக்கு முன்னால் நின்றான். முதல் நாள் அவனை அவள் கண்டு கொள்ளவில்லை. இரண்டாவது நாள் அவள் ஒருவாறு தெரிந்து கொண்டாள். மூன்றாவது நாள், "உன் ஊர் எது? இதற்கு முன் இந்த ஊருக்கு வந்திருக்கிறாயா?" என்று கேட்டாள். ராஜகுமாரன் அவள் முகத்தை ஏறெடுத்துப் பார்த்து, "நடுவீதிப் பட்டணத்தில் கமலமலர் வீசும் தேவியை உபாசிக்கிறவன் நான். இதற்கு முன் இங்கே வந்ததில்லை" என்று குறிப்பாகச் சொன்னான். ராஜ குமாரிக்கு உண்மை புலப்பட்டது. அன்று அதோடு விட்டு விட்டாள்.

நான்காவது நாள் தானம் வாங்கும் போது, "கமல மலர்த் தேவியின் கருணை கிடைத்ததுண்டா" என்று கேட்டாள் ராஜகுமாரி. "கிடைக்குமென்ற நம்பிக்கையினால் இன்னும் உபாசிக்கிறேன்" என்றான் அரசகுமாரன். "தேவியைப் புறத்திலே வைத்துப் பூஜிக்கிறாயா? அகத்திலே வைத்துத் தியானிக்கிறாயா?" என்று அடுத்த கேள்வி வந்தது. "முதலில் உயரத்தில் வைத்துப் பூஜித்தேன்; இப்போது நேருக்கு நேர் வைத்துப் பூஜிக்கிறேன். இனி மேல் தான் என் அகத்தில் வைத்துப் பூஜிக்க வேணும்" என்றான். அன்று அதற்குமேல் பேச்சு நடக்கவில்லை. ராஜ குமாரியின் பேச்சுப் போக்கிலிருந்து அவளுக்கும் தன் மேல் ஆசை உண்டென்று அறிந்து கொண்டான் அசுவராஜகுமாரியும் நேருக்கு நேரே அவனுடைய அங்க லட்சணங்களைக் கண்டு மகிழ்ந்தாள். அவளுக்கு எப்படியாவது அவனுடன் போய் விட வேண்டும் என்ற ஆசை தோன்றியது. ஆறாவது நாள் அரசகுமாரன் பரதேசிகளோடு தானம் வாங்குகையில், அரிசியைப் போடும் போது அதனுடன் ஓர் ஓலைச் சுருளையும் போட்டாள் ராஜகுமாரி.

அசுவபதி தன் இருப்பிடத்திற்கு வந்து ஓலைச் சுருளைப் பிரித்துப் பார்த்தான். "விஜயதசமியன்று இரவு அரசரும் மற்றவர்களும் அம்பு போடப் போய் விடுவார்கள். அந்தச் சமயத்தில் அந்தப்புரத்தின் பின் பக்கத்தில் வந்து காத்திருந்தால் நான் வருவேன். தாங்கள் உடனே என்னை அழைத்துச் செல்லுங்கள்" என்றிருந்தது. அவனுக்கு நிலை கொள்ளவில்லை. விஜயதசமி இன்னும் பல யுகங்களுக்குப் பின் வருவது போலத் தோன்றிற்று.

விஜயதசமி வந்தது. அசுவபதி தன் அசுவத்தோடு குறித்த இடத்தில் போய்க் காத்திருந்தான். ராஜகுமாரி வந்தாள். உடனே அவளையும் குதிரையின் மேல் ஏற்றிக் கொண்டு வேகமாகத் தன் தேசத்தை நோக்கிப் புறப்பட்டு விட்டான். இரவில் அருகிலே ஓர் ஊரில் தங்கி மறுநாள் துரக புரிக்குப் பிரயாணமானான். இரண்டு நாட்களில் ஊர் வந்து சேர்ந்தான்.

தன் குமாரன் ஓர் அழகிய ராஜகுமாரியுடன் வந்திருப்பது தெரிந்த துரங்கப்பிரியன், அப்பெண்ணின் வரலாற்றைத் தன் மைந்தனிடம் கேட்டான். அசுவபதி உண்மையைச் சொல்லவில்லை. சுயம்வரம் நடை பெற்றதாகவும், அதில் அரசகுமாரி தன்னை வரித்ததாகவும், அங்கே இருந்தவர்களுக்குப் பொறாமை உண்டாகி யாவரும் தன்னை எதிர்த்ததாகவும், அவர்களை ஒருவாறு வென்று தன் காதலியைத் தூக்கிக் கொண்டு வந்து விட்டதாகவும் அவன் சொன்னான். அதற்குமேல் அரசன் கவலை கொள்ளவில்லை. ஒரு நல்ல நாளில் சிறப்பாகத் தன் மகனுக்கும் அவன் அழைத்து வந்த அரசகுமாரிக்கும் மணம் முடித்து வைத்தான்.

ஒரு நாள் அரசகுமாரி தன் நாயகனிடத்தில் தன் விருப்பம் ஒன்றை வெளியிட்டாள். "தாங்கள் தங்கள் அருமையான பஞ்ச கல்யாணிக் குதிரையின் மேல் வந்த போதுதான் முதல் முதலில் தங்கள் தரிசனம் கிடைத்தது. என் தாய் தந்தையர் அறியாமல் தங்களுடன் இங்கே வருவதற்கு அந்தக் குதிரைதான் உபகாரமாக இருந்தது. தங்களுக்குப் பின்னாலே தங்கள் இடுப்பைப் பற்றியபடியே உட்கார்ந்து கொண்டு அவ்வளவு தூரம் வந்தேனே; குதிரை வேகமாகப் போக போக நான் தங்களை இறுகப் பற்றிக் கொண்டேன். அப்போது எனக்கு எத்தனை ஆனந்தமாக இருந்தது தெரியுமா? மறுபடியும் அந்த மாதிரி தங்களுடன் பஞ்ச கல்யாணிக் குதிரையின் மேல் ஏறிக் கொண்டு போக வேண்டுமென்று ஆசையாக இருக்கிறது" என்றாள்.

"இதுதானா பெரிய காரியம்? தினந்தோறும் போய் வரலாமே!" என்று அசுவபதி சொன்னான்.

"இப்போதைக்கு ஒரு முறை போய் வருவோம். பிறகு பார்த்துக் கொள்ளலாம்" என்று அவள் சொன்னாள்.

அவள் விருப்பப்படியே ஒருநாள் பிறபகல் அவளைத் தன்னோடு குதிரையின் மேல் ஏற்றிக் கொண்டு புறப்பட் டான் அரசிளங்குமரன். "குதிரையின் முழு வேகத்தையும் எனக்குக் காட்டவேண்டும்" என்றாள் அவன் காதலி அசுவபதி புன்னகை பூத்தபடியே, "நீ என்ன இருந்தாலும் பெண்; அதிக வேகமாகப் போனால் அஞ்சுவாய்" என்றான்.

"நானா ? உங்கள் அருகில் அமர்ந்திருக்கும் போது எனக்கு என்ன பயம்? உங்களையும் இழுத்துக் கொண்டு கீழே

விழுந்து விடுவேன் என்று பயப்படுகிறீர்களோ?" என்று பரிகாசமாகக் கேட்டாள் அவள்.

"சரி, வேகமாக விடுகிறேன்" என்று குதிரையை முடுக்கினான். "இந்த வேகம் போதாது" என்றாள் அவள். பின்னும் வேகமாக ஓட்டினான். "சே! இவ்வளவுதானா வேகம்? இதற்கா நான் பயப்படப்போகிறேன்? உங்கள் குதிரையின் வேகம் உங்களுக்கே தெரியாது போலிருக்கிறது!" என்று அரசகுமாரி சொன்னாள். தன் குதிரையைக் குறை கூறுவதை அவனால் பொறுக்க முடியவில்லை. வாரைச் சற்றுச் சுண்டி விட்டான். குதிரை காடும் மேடும் தலை தெறிக்க ஓடியது. "ஹூம்! இன்னும் வேகம்" என்று ராட்சசியைப் போல அவள் கத்தினாள். அசுவபதி முடுக்க முடுக்க, "இன்னும் வேகம் " என்று கூச்சலிட்டாள், ஆவேசம் வந்தவளைப்போல்.

அதுவரை போகாத வேகத்தில் குதிரை பறந்தது. அசுவபதி அதை விரட்டினான். எந்தப் பெண்ணும் அஞ்சும் நிலையில் அது பாய்ந்தது. ஆனால் அவள் அஞ்சவில்லை. பெண்ணா ? பேயா?... குதிரை இடையே ஒரு புதரைத் தாவியது. மேலே எழும்பத் தாவின தாவலில் அவள் தன் கைப்பிடிப்பை விட்டு விட்டாள். அப்படியே கீழே விழுந்து விட்டாள்; அடர்ந்த புல் தரையில் மல்லாக்க விழுந்து கிடந்தாள். அசுவபதி திடீரென்று குதிரையை நிறுத்தினான். அதற்குள் அது நெடுந்தூரம் போய் விட் டது. திருப்பிக் கொண்டு வந்தான். தன் மனைவி வீழ்ந்திருந்த இடத்துக்கு வந்து அவளைப் பார்த்தான். நெருங்கி அடர்ந்த புல் தரை ஆகையால் அவளுக்குக் காயம் ஒன்றும் இல்லை. ஆனால் அதிர்ச்சியால் மூர்ச்சை போட்டு விழுந்திருந்தாள். உடனே அருகில் இருந்த

ஓடையிலிருந்து தண்ணீர் கொண்டு வந்து அவள் முகத்தில் தெளித்தான்; தூக்கி மடியில் வைத்துக் கொண்டு ஆசுவாசப்படுத்தினான். ‘என்ன பைத்தியக்காரத்தனம் செய்தேன்! இவள் சொன் னாள் என்பதற்காக அவ்வளவு வேகமாக விட்டிருக்கக் கூடாது’ என்று அவன் மனத்துக்குள் பதறினான். ‘எவ்வளவு அருமையாகக் கிடைத்த அழகி இவள்! இவள் பிழைப்பாளா?’ என்று ஏங்கினான்.

மெல்லிய தென்றல் வீசியது. அவள் மெல்லக் கண் விழித்தாள். தண்ணீரைக் கொடுத்தான். இரண்டு மிடறு குடித்து விட்டு மெல்ல எழுந்து உட்கார்ந்தாள். சுற்று முற்றும் பார்த்தாள்.

“போதும் ஸ்வாமி, உம்முடைய குதிரைச் சவாரிகே உலை வைக்கப் பார்த்துவிட்டதே உங்கள் குதிரை!” என்று ஆயாசத்தோடு அவள் பேசினாள்.

“அது என்ன செய்யும்? நான்தானே ஓட்டினேன்? அப்படி ஓட்டுவதற்கும் நீதானே காரணம்?”

“வெகு நன்றாய் இருக்கிறது! கழுதை துள்ளுவதைப் போலத் துள்ளிக் குதித்தால், அதன் மேலே மனிதன் உட்கார முடியுமோ?” என்று மறுபடியும் அவள் குதிரை யைக் குறை கூறினாள்.

“சரி, நாம் இப்போது அரண்மனைக்குப் போகலாம்” என்று சொல்லி அசுவபதி அவளை அழைத்துக் கொண்டு அரண்மனை வந்து சேர்ந்தான்

இரண்டு நாட்கள் சென்றன. மூன்றாவது நாள் அசுவபதியிடம் அவன் மனைவி, ”இந்தக் குதிரை பெரிதா, நான் பெரிதா?” என்று கேட்டாள்.

“என்ன அசட்டுக் கேள்வி?” என்றான் ராஜ குமாரன்.

“இப்போது அப்படித்தான் சொல்லுவீர்கள். குதிரை கீழே தள்ளிவிட்டதைப் பார்த்தும் உங்களுக்குப் புத்தி வரவில்லை. அது குழிபறித்தால்தான் நான் சொல்வது தெரியவரும்.”

“என்ன செய்யச் சொல்கிறாய்?”

“இதைத் தொலைத்துத் தலை முழுகச் சொல்கிறேன்.”

“இதை நான் விட்டு விடுவதென்பது முடியாத காரியம்” என்று துணிவாகப் பதில் சொன்னான் அசுவபதி.

“அப்படியானால் நான் ஒரு காரியம் சொல்கிறேன். அதை, இனிமேல் தனியே ஓட்டிக்கொண்டு போக வேண்டாம். தேரிலே கட்டி ஓட்டுங்கள். உங்களுக்கு அபாயம் ஏற்படாமல் இருக்கும்” என்றாள்.

இந்த வார்த்தை காதில் விழுந்ததோ இல்லையோ, ‘ஹா’ என்று தன்னை அறியாமலே கூவினான் அசுவபதி. அந்த அழகிய குதிரையைக் கொண்டு வந்து கொடுத்த குதிரைக்காரன் சொன்ன நிபந்தனை அவன் நினைவுக்கு வந்தது தான் காரணம்.

“தேரில் பூட்டுவதா!”

அவன் உள்ளம் மற்றொன்றையும் நினைத்துப்பார்த்தது. சிலநாட்களாகக் குதிரை உற்சாகமாக இல்லாதது நினைவுக்கு வந்தது. குதிரைக்காரன் சொன்னானே: ராஜகுலத்தில் உதிக்காத பெண்கள் ஏறக்கூடாது. ஏறினால் ஆபத்து என்றானே. இவள் ஒருகால் ராஜகுலத்தில் உதித்தவள் அல்லவோ? – அவன் யோசனை அதோடு தடைப்பட்டது.

"அந்தப் பாழுங் குதிரையின் காலிலே என் மாங்கல்ய பலம் இருக்கிறதென்று தெரிந்தால் நான் உங்களுடன் வந்திருக்க மாட்டேனே!" என்று அந்த ராட்சசி அழுதாள்; புலம்பினாள். கடைசியில் அவள் ஜாலம் வென்றது. "இனி அதன்மேல் ஏறிச் சவாரி செய்வதில்லை" என்று அந்தப் பெண் பேய்க்கு அவன் வாக்களித்தான்.

தன்னுடைய மகள் திடீரென்று காணாமல் போனதை அறிந்து கொண்ட அந்த நாட்டு அரசன் அவளைத் தேடுவதற்கு நாலு பக்கமும் ஆட்களை அனுப்பினான். நம்முடைய மானத்துக்கு ஹானி வருமே என்ற கவலையோடு அந்தப் புரத்துக்குச் சென்றான். அங்கே ராணி கவலையில்லாத முகத்தோடு இருந்தாள். அதைப் பார்த்து அரசன் வியப் புற்றான். "உன் மகள் காணாமற் போனதற்காக நீ கவலைப் படுவதாகத் தெரியவில்லையே!" என்று கேட்டான். "என் மகளா? ரகசியத்தைச் சொல்கிறேன். அவள் என் மகள் அல்ல. எனக்குப் பெண் குழந்தை பிறந்தவுடன் இறந்து போய்விட்டது. மருத்துவம் செய்ய வந்தவள் வேறு குழந்தையை வைத்துவிட்டுச் சென்றாள். எப்படி யாவது ஒரு குழந்தையை வளர்க்க வேண்டுமென்ற ஆசையால் நான் ஏற்றுக்கொண்டேன். குழந்தை நம்முடைய

குலத்தில் பிறந்திருந்தால் ஒழுங்காக இருந்திருக்கும்" என்று அதிசயமான செய்தி ஒன்றை வெளியிட்டாள்.

அரசன் ஸ்தம்பித்துச் சிறிது நேரம் யோசனையில் ஆழ்ந்திருந்தான். பிறகு, "அவளுக்காக இல்லாவிட்டாலும் நம்முடைய கௌரவத்தைக் காப்பாற்றிக் கொள்ளவாவது திருடனைக் கண்டு பிடிக்க வேண்டும். நம்முடைய நகரத்தில் நம் பாதுகாப்பில் உள்ள பொருளை வேறொருவன் கொண்டுபோக, நாம் பேசாமல் இருந்தோம் என்றால், உலகம் நம்மைப் பழிக்கும்" என்றான்.

சில மாதங்கள் தேடிய பிறகு தன் மகள் துரகபுரியில் இருப்பது தெரிந்தது. உடனே அதன்மேல் படை எடுக்க ஏற்பாடு செய்தான் அரசன், இதற்குள் துரகபுரி அரசனாகிய துரங்கப்பிரியன் காலமாகவே, அசுவபதியே அரசனானான். குதிரையின் மேல் தகாதவர்களை ஏற்றிய பாவமும் அதைத் தேரில் கட்டிய பாவமும் சேர்ந்து கொண்டு அவனுக்குப் பல துன்பங்களை உண்டாக்கின. தன் தந்தையை இழந்து ராஜ்யபாரத்தைக் கைக்கொண்டவுடனே, அந்நிய நாட்டுப் படைகள் வந்து நகரத்தை முற்றுகையிட்டன.

போர் மூண்டது. அசுவபதியினால் பிற நாட்டுப் படைக்கு முன்னே நிற்க முடியவில்லை. கடைசியில் பகைவர்கள் அவனையும், அவன் மனைவியையும் அவனுடைய தேரிலே கட்டித் தங்கள் நகரத்துக்குக் கொண்டு போய்ச் சேர்த்தார்கள். தந்தையைக் கண்ட அரசகுமாரி ,"ஐயோ!" என்று அழுதாள். அரசன் சிறிதும் கருணை காட்டாமல் இருவரையும் தனியே சிறையில் அடைத்தான். பிறகு தன் மனைவியிடம் ஆலோசித்து அசுவபதியைத் தன்

சாரதியாக வைத்துக்கொண்டான். தான் வளர்த்த மகளுடன் அவன் வாழ்வதற்கு ஒரு சிறிய இடத்தையும் கொடுத்தான்.

பாவம்! பஞ்சகல்யாணிக் குதிரையின் மேல் உலகம் வியக்க ஏறிச்சென்ற அரசகுமாரன் இப்போது அதே குதிரையைத் தேரில் பூட்டி வேறோர் அரசனை வைத்து ஓட்ட வேண்டி நேர்ந்தது. அதன் தெய்விக சக்தியை உணராமல் அதன் பாவத்தைக் கட்டிக்கொண்டான். மேலும் மேலும் கஷ்டத்துக்குள்ளான அசுவபதியும் அவனுடைய குதிரையும் சீக்கிரத்திலே பூலோக வாழ்வை நீத்தார்கள். என்ன வாழ்வு ! மறுபடியும் அந்த இரண்டு பேரும் பூமியில் ஜனித்திருக்கிறார்கள். குதிரை சாரதியாகி விட்டது. சாந்தி வண்டிக் குதிரை ஆகிவிட்டான். பஞ்ச கல்யாணிக் குதிரையாக இருந்தது யார் தெரியுமா? நீதான். நான் தான் உன் பெருமையை அறியாமற் போன ராஜகுமாரன்.

‘படார்’ என்ற ஒலி காதில் விழவே, செல்லாண்டி விழித்துக்கொண்டான். யாரோ குறும்புக்காரப் பையன் அங்கே ஓர் ஒற்றை வெடியை வெடித்திருக்கிறான். அது வரையில் வண்டியில் உட்கார்ந்து லகானைப் பிடித்தபடியே தூங்கி வழிந்த செல்லாண்டிக்கு, தான் கண்டது சொப்பனம் என்று அப்போதுதான் தெரியவந்தது. நின்றபடியே தூங்கிய அந்த நோஞ்சல் குதிரையும் ஒரு கனைப்புக் கனைத்து உடம்பை உதறிக்கொண்டது.

யார் தெய்வம்?

"டேய், சொக்கலிங்கம், எங்கேயடா கார்? கம்பெனிக்குப் போக நாழிகை ஆகிவிட்டதே!" என்று டிரைவரைக் கேட்டார் சங்கரலிங்க செட்டியார்.

"சின்ன எசமான் கொண்டு போயிருக்கிறார். இதோ அஞ்சு நிமிஷத்திலே வந்துவிடுவார்" என்று பதில் அளித்தான் சொக்கலிங்கம்.

"அஞ்சு நிமிஷமாவது, பத்து நிமிஷமாவது! அவன் எந்தச் சிநேகிதனை எங்கே கொண்டு போய்விடப் போயிருக்கிறானோ! கார் நமக்குச் சமயத்துக்கு உதவுகிறதில்லை; ஊராருக்கெல்லாம் உதவுகிறது. ஜம்பத்துக்கு நமக்கும் கார் இருக்கிறது, டிரைவர் இருக்கிறான் என்று சொல்லிக் கொள்கிறோம். இவன் என்னடா என்றால், பொழுது விடிந்தால் பொழுது போனால் காரை எடுத்துக்கொண்டு ஊர் சுற்றுவதும், ஊரார் கைங்கரியம் செய்வதுமாகவே இருக்கிறான். எப்படியாவது போகட்டுமென்றாலோ, மனசு கேட்க மாட்டேனென்கிறது. போகிற இடத்துக்கு டிரைவரைக் கூட்டிக்கொண்டு போனால் என்ன? சிறு பிள்ளைத்தனம், கண் மண் தெரியாமல் ஓட்டுகிறானாம். அந்த 'ஸ்டீயரிங்'கைக் கையிலே பிடித்தாலே எல்லாப் பயல் களுக்கும் ஒரு வெறியல்லவா வந்து விடுகிறது ? நாள் தவறாமல் கார் விபத்து என்ற சமாசாரம் பத்திரிகையில் வந்து கொண்டிருக்கிறது. அதைப் பார்க்கும் போதெல்லாம் எனக்குப் பகீர் என்கிறது ...."

“சின்ன எசமான் வந்துவிட்டார்” என்று டிரைவர் இடையிலே அவர் பிரலாபத்தை நிறுத்தினான்,

“வந்துவிட்டானா? எங்கே, இப்படிக் கூப்பிடு.”

ராமமூர்த்தி வந்தான். கட்டிளங்காளை. ஒய்யாரமான கோலம். வாட்ட சாட்டமான மேனி.

“என்ன, கூப்பிட்டீர்களா?”

“ஆமாம்; இத்தனை நேரம் எங்கே போயிருந்தாய்?”

“என் சிநேகிதன் ஒருவனைப் பார்க்கப் போயிருந்தேன்,”

“தினமும் இந்தச் சிநேகிதர்கள் தாமா? போகிறது தான் போகிறாயே, இந்தச் சொக்கலிங்கத்தை ஓட்டச் சொல்லி அழைத்துப் போகக் கூடாதா?”

“அவனுக்கு ஓய்வு வேண்டாமா?”

“அவன் இங்கே என்ன, இருபத்துநாலு மணி நேரமுமா கார் ஓட்டுகிறான்?”

“நம் காரை நாமே ஓட்டுவதில் எத்தனையோ நன்மை உண்டு”

“நன்மை உண்டு என்று சொல்லுகிறாயே ஒழிய, அதில் இருக்கிற தீமையைத் தெரிந்து கொள்ளவில்லையே! பல வருஷம் டிரைவராக இருந்தவனெல்லாம் பிளாட் பாரத்தின் மேலே வண்டியை ஓட்டி ஆட்களைச் கொலை

பண்ணிவிடுகிறான். நீ இன்னும் சரியாகக் கார் விடக் கற்றுக்கொள்ளவில்லை. ஏதாவது ஆபத்து நேர்ந்தால் என்ன செய்வது?"

"அப்படி யெல்லாம் முட்டாள் தனமாக நான் நடந்து கொள்வேனென்று நீங்கள் ஏன் நினைக்கிறீர்கள்?"

"முட்டாள் தனமா? ஆனைக்கும் அடி சறுக்கும் என்பார்களே! அப்படிப் போதாத காலமாக இருந்து ஏதாவது நேர்ந்தால் ஆபத்து , அவமானம், நஷ்டம் எல்லாம் வந்து விடுமே!"

"என்ன இப்படி ஒரே காபராப் படுகிறீர்களே; உலகத்தில் கார் வைத்திருக்கிறவர்களெல்லாம் தாங்களே ஓட்டுவதென்பது வழக்கமாக வந்து விட்டது இப்போது நீங்கள் கர்நாடகமாகப் பேசுகிறீர்களே! உங்கள் பேச்சை யாராவது கேட்டால் சிரிப்பார்கள்."

சங்கரலிங்க செட்டியார் கர்நாடகப் பேர்வழி என்பது வாஸ்தவந்தான். ஆனாலும் அவர் பயப்பட்டதற்குக் காரணமும் இல்லாமற் போகவில்லை. டிரைவர் சொக்க லிங்கமே சொல்லியிருக்கிறான், "சின்ன எசமான் கையிலே காரு காத்தால்ல போவுது" என்று. அவன் ஆச்சரியப் பட்டுச் சொன்னான். செட்டியாருக்கோ அடிவயிற்றில் பகீரென்றது. ராமமூர்த்தி காரைக் கொஞ்சம் உற்சாகத்தோடு ஓட்டுவான். தனக்குப் பின்னால் யாராவது குழல் ஊதினால் போதும்; லேசிலே அவனுக்கு இடம் கொடுக்க மாட்டான். இந்த வெறி எப்படியோ குதிரை வண்டிக்காரன் முதல் கார் ஓட்டுகிறவர் வரையில் எல்லோருக்கும் பொதுவாகப் போய்விட்டது.

அன்று காலை சரியாக ஆறு மணி இருக்கும். அவசர அவசரமாக யாரையோ பார்ப்பதற்காகக் காரிலே புறப் பட்டான் ராமமூர்த்தி. ஐந்து மைல் போகவேண்டும். பத்து நிமிஷத்தில் போய்விடலாம், ரோட்டில் தடையில் லாமல் இருந்தால். அவன் வேகமாகப் போனான். இரண்டு மைல் போயிருப்பான், முன்னால் ஒரு குதிரை வண்டி போய்க்கொண்டிருந்தது. எதிரில் இருந்து ஒரு மொட்டை வண்டி மூங்கிற் கழிகளைப் பாரமாக ஏற்றிக்கொண்டு வந் தது. குதிரை வண்டிக்கு அருகில் கார் வரும்போது வலப் பக்கத்தில் மூங்கில் வண்டி வந்து விட்டது. வண்டிக்காரன் நேராக ஓட்டாமல் வண்டியை ஒடித்தால் மூங்கில் வழியைத் தடுத்துவிடும். ஆகவே அவன் கண்ணை மூடிக் கொண்டு நேரே ஓட்டினான்.

எப்படி நேர்ந்ததென்று தெரியாது; முன்னே போன குதிரை வண்டியின் மேல் கார் மோதிவிட்டது. குதிரை முன்னாலே தள்ளப்பட்டுக் கீழே விழுந்தது. வண்டிக் குள்ளே இருந்தவர்கள் கீழே விழுந்தார்கள்.

ராமமூர்த்தி ‘பிரேக்’ போட்டான். காருக்கு அவ்வளவு சேதம் இல்லை. ஆனால் இதுவரைக்கும் இத்தகைய விபத்து நேர்ந்ததே இல்லை. அதுவும் அன்று காலை நேரத்தில் யாரோ ஒரு காலேஜ் மாணவிக்கு உபகாரம் செய்வதற்காக அவன் போய்க்கொண்டிருந்தான். அந்தச் சமயத்தில் அவனுக்கு ஒன்றுமே தோன்றவில்லை. வேர்த்து வெலவெலத்துப் போயிற்று.

மூங்கில் வண்டிக்காரனும் அவனுடன் இருந்த கூட்டாளியும் இறங்கி வந்துவிட்டார்கள். குதிரை வண்டிக் காரனும் வந்துவிட்டான்.

வண்டியிலிருந்து விழுந்தவர்கள் இரண்டு மூன்று பேர். யாரோ ஒரு பெண்; இருபத்தைந்து வயசு மனிதன் ஒருவன்; மற்றொரு கிழவன். அவர்களுக்குப் பலமான அடி இல்லாவிட்டாலும் கொஞ்சம் சிராய்த்து விட்டது.

ராமமூர்த்தி கூட்டத்தைக் கண்டதும் அதிகமாகப் பயந்துவிட்டான்; எப்படித் தப்புவது என்று தோன்றவில்லை. சில நிமிஷ நேரம் அவன் நரக வேதனையை மானசிகமாக அநுபவித்தான். மெதுவாகக் குதிரை வண்டிக்காரனைக் கூப்பிட்டான். பத்து ரூபாய் நோட்டை அவன் கையில் அழுத்தினான். “அவர்கள் எங்கே போக வேண்டும்? கேட்டுச் சொல். இந்தக் காரிலேயே கொண்டு போய் விட்டு விடுகிறேன்” என்றான்.

ரூபாய் கையில் வந்தவுடன் வண்டிக்காரன் கோபமெல்லாம் எங்கேயோ ஓடி ஒளிந்து விட்டது. “அது கிடக்குது ஐயா! நீங்க வேணுமுன்னா வந்து மோதினீங்க? அந்த மூங்கி வண்டி வராட்டி நீங்க ராச பாட்டையாப் போயிருப்பீங்க” என்று சொல்லி, “நீங்க போங்க. அவங்களை நான் பார்த்துக்கிறேன்” என்று தைரியம் கூறினான். ராமமூர்த்தி மறு பேச்சுப் பேசாமல், தலை தப்பியது வியமென்று வீட்டுக்குக் காரைத் திருப்பி விட்டான். வரும்போது அவனுக்கு எவ்வளவோ யோசனை. ‘விழுந்தவர்கள் ஏன் நம்மிடம் வந்து ஒன்றும் பேசவில்லை அவர்கள் யாராவது போலீஸ்காரனுக்குச் சொல்லிவிட்டால் என்ன செய்வது?’ என்றெல்லாம் அவன் மனசு உதைத்துக் கொண்டது. அன்று ராத்திரி முழுவதும் அவனுக்குத் தூக்கமே இல்லை.

பிறகு நாலு நாள் காரின் முன் ஸீட்டில் கூட அவன் உட்காருவதில்லை. ஏதாவது கேஸ், கீஸ் வந்து விட்டால் என்ன செய்வது என்ற பயம். தகப்பனாருடைய வாக்குப் பலித்துவிடுமோ என்ற எண்ணம் வேறு. பிறகு அவர் முன் தலை காட்டுவது எப்படி?

ஒரு வாரம் ஆயிற்று. ஒரு நாள் சாயங்காலம் வீட்டு வாசல் பக்கத்தில் உள்ள மேடைமேல் அமர்ந்து கொண்டிருந்தான் ராமமூர்த்தி. அப்போது யாரோ இரண்டு பேர் காம்பௌண்டுக்குள் நுழைந்து வந்தார்கள். ஆண் பிள்ளை ஒருவன்; பெண் பிள்ளை ஒருத்தி; அந்த ஆள் கையில் ஏதோ சிறிய கூடை வைத்திருந்தான். அந்தப் பெண்ணைப் பார்த்தால் எங்கேயோ கண்டமாதிரி இருந்தது. நினைத்துப் பார்த்தான் ராமமூர்த்தி. 'ஆம், குதிரை வண்டியிலிருந்து விழுந்த பெண்தான்!' அவனுக்கு மூச்சே ஒரு கணம் நின்று விட்டது.

"யார்?" என்று வாய் கேட்டது. மனமோ நடுங்கியது.

வந்தவன் ஒன்றும் பேசவில்லை. நேரே நெடுஞ்சாண் கிடையாக ராமமூர்த்தி காலில் விழுந்தான். பிறகு கூடையிலிருந்து வெற்றிலை பாக்குப் பழம் எடுத்து அவன் முன் வைத்தான். "ஹூம்! நீயும் உளுந்து கும்பிடு" என்று அந்தப் பெண்ணை ஏவினான். அவளும் வணங்கினாள். ராமமூர்த்திக்கு ஒன்றுமே விளங்கவில்லை. அவன் பிரமையைப் போக்க அந்த ஆளே முன் வந்தான்.

"சாமி, எங்க அத்தை புருசன் சொக்கலிங்கம் சொன்னாரு, எசமான் தான் அந்தக் காரு ஓட்டினவருன்னு" என்று ஆரம்பித்தான்.

“அண்ணைக்கித் தெய்வம் மாதிரி நீங்க காரை இடிக்கங் காட்டியும் அந்தக் கெயவனுக்குப் புத்தி வந்துதுங்க. மறுநாளே இவளைக் காசுக்கு வித்துப்புடறதுன்னு கொண்டு போனானுங்க.”

“என்னா இப்படிச் சொல்றே? அவங்க ஏதாச்சும் நெனச்சுக்கப் போறாங்க.”

“பின்னே என்ன எசமான்? தாயில்லாப் புள்ளெயேத் தகப்பன் காரன் நல்லா வளத்து, அது இஸ்டம் போலக் கட்டிக் குடுக்கிறது நாயமுங்க. எவனோ ஒருத்தன் தன்னைக் காட்டியும் கெளவன், அவனுக்குப் பணம் இருக்குதுன்னு கொண்டு போய்த் தள்ளிடுறதுங்களா? அது என்னாங்க, யோக்கியமான காரியமா? வெலைக்கு விக்கிறமாதிரி இல்லேங்களா? சாமிக்கே பொறுக்கல்லே. வண்டி யெக் கொடெ சாச்சுப் பிடுத்துங்க. நீங்கதான் தெய்வமா வந்து ஒதவினீங்க.”

அவன் உற்சாகத்தில் தலைப்பு, நடு ஒன்றும் தெரியாமல் பேசினான். ராமமூர்த்திக்குத் தெளிவாகவில்லை,

“ஆமாம்! அந்தக் குதிரை வண்டியிலே இந்தப் பெண் எங்கே போனாள்?” என்று கொஞ்சம் தைரியம் பெற்றுக் கேட்டான்.

“அதுதானுங்க, இதோட தகப்பன்காரனும் சித்தப்பன்காரனும் சேந்துக்கிட்டுப் பண்ணின ரோசனைங்க. இவ தாயார்க்காரி போன வருசத்துக்கு முந்தின வருசம் பூவுங் குங்குமமுமாப் போயிட்டா. அவ இருக்கச் சேலே இவளை எனக்குக் கொடுக்கணு மின்னு

பேச்சு இருந்துதுங்க. அப்பாலே பாருங்க, இந்தக் கெயவனுக்குக் காசாசை வந்திடுச்சு. அவன் தம்பிக்கு மச்சானாம் ஒரு கெயவன்; அவன் கிட்டே கொண்டு போய்த் தள்ளப் போனாங்க. அந்த மவராசி தெய்வமாயிருந்து தன்னோடெ ஆசையை நெறைவேத்திக்கினா."

"விசயத்தே நல்லாத்தான் சொல்லேன்" என்றாள் அந்தப் பெண்.

"இன்னும் என்னாத்தைச் சொல்லுறது? வண்டி உயுந்ததும் கெயவனுக்குப் புத்தி வந்தது. சித்தப்பன் காரன் ஒபதேசம் பலிக்கல்லை."

"ஆமா! நான் செஞ்சதையும் சொல்லேன். எனக்கு அப்பிடித் தோணாட்டி இதெல்லாம் நடக்குமா?" என்று மறுபடியும் அந்தப் பெண் பேசினாள்,

"இவ பெருத்த கில்லேடிங்க. அந்தக் கெயவன் இவ கிட்டே அம்பிடாமே தப்பிச்சிக்கினான். அது கெடக்குது. இவ ஒரு தந்தரம் பண்ணினா பாருங்க. கீயே உயுந்து எயுந்திருந்த உடனே அம்மா ஒன் வாக்குப் பலிச்சுதுன்னா. அதென்ன வாக்குன்னு அப்பன் காரன் கேக்க, நேத்துச் சொப்பனத்திலே அம்மா வந்து நான் பாத்துக்கிறேன், பயப்படாதேன்னு சொன்னதாக இவ சொல்ல, அதை அந்த அப்பாவி நெசமான் காட்டியுமுன்னு நம்பிக் கிட்டான்.

"அப்பாலே தம்பி பேச்சு காதிலே உயலை. சாமி எங்களைப் புருசன் பொஞ்சாதியா ஆக்கிட்டுது. எல்லாம் நீங்க நட்ட மரமுங்க."

“அது சரி; நான் தான் அன்று வண்டியில் மோதினவனென்று உனக்கு எப்படித் தெரியும்?”

“அதென்ன அப்பிடிச் சொல்றீங்க? இந்தப் பொண்ணு அங்க அடையாளம் சொல்லிச்சு. எங்க அத்தை புருசன் உங்களைக் காட்டியிருக்காரு வண்டியோடே மாதிரியும் இவ சொன்னா. கண்டு பிடிச்சிட்டேனுங்க. நல்லா ஆசீர்வாதம் பண்ணுங்க.”

அவன் மறுபடியும் தன் காலில் விழும் பொழுது ராமமூர்த்திக்குத் தன் கண்களையும் காதுகளையும் நம்பவே தோன்றவில்லை.

ஜோடி மரப்பாச்சி

“உங்களுக்கு மரப்பாச்சி விற்கும் கடை ஏதாவது தெரியுமா?” என்று கேட்டாள் கோமதி.

அப்போதுதான் சங்கரன், காரியாலயத்திலிருந்து வந்தவன் சட்டையைக் கழற்றிக் கொண்டிருந்தான். “ஏன்? எதற்காகக் கேட்கிறாய்? நம் வீட்டில் இருக்கிற மரப்பாசிகள் போதவில்லை என்று கேட்கிறாயா? நேற்றுத்தானே பெட்டி நிறையக் கொலுச் சாமான்கள் ஊரிலிருந்து வந்திருக்கின்றன? அதில் ஊர்ப்பட்ட மரப்பாச்சி இருக்குமே; பார்த்தாயோ?”

“இன்றைக்குத்தான் பெட்டியை உடைத்துப் பார்த்தேன். ஒரு மரப்பாச்சிக்கு ஏற்ற ஜோடி வேண்டும். அதற்காகத்தான் கேட்டேன்.”

“ஜோடி வேண்டுமென்று சொல்கிறாயே; அது ஒற்றை மரப்பாச்சியாக இருக்கக்கூடாதோ?”

சங்கரன் சட்டையைக் கழற்றிவிட்டுத் துண்டை மேலே போட்டுக்கொண்டான். முகத்தை அலம்பிக் கொண்டு வந்து நாற்கலியில் உட்கார்ந்தான். கோமதி சுடச்சுடக் காபியைக் கொண்டுவந்து ஆற்றினபடியே பேசினாள்.

“ஜோடி மரப்பாச்சிகள் இருக்கின்றன. ஆனால் அந்த ஜோடியில் ஒன்று கால்பக்கம் கரிந்திருக்கிறது. முதல் முதலாகக் கொலு வைக்கிறோம். அந்தக் கரிந்த மரப் பாச்சியை வைக்கலாமா? பெரிய மரப்பாச்சிகள் அவை;

ஆணும் பெண்ணுமாக இருக்கின்றன. ஆணுக்குப் பாசிச் சல்லடம் போட்டிருக்கிறது. பழைய காலத்தில் இந்த மரப்பாச்சிகளுக்குத்தான் மதிப்பு.''

ஒரு தம்ளரில் காபியைச் சங்கரன் கையில் கொடுத்தாள். அவன் அதைக் குடித்தான். தன் கையில் இருந்த டபராவிலிருந்து மிச்சக் காபியைக் கொஞ்சம் கொஞ்ச மாகத் தம்ளரில் விட்டாள்.

''என்ன யோசிக்கிறீர்கள்? மரப்பாச்சி விற்கிற கடை ஞாபகத்துக்கு வரவில்லையா?''

சங்கரன் நெற்றியைச் சுருக்கிக்கொண்டான். ''நீ சொன்னாயே, அந்த மரப்பாச்சியில் ஒன்று ஆண்; மற்றொன்று பெண்; இல்லையா?'' என்று அவன் கேட்டான்,

கோமதி சிரித்தாள். ''அதைத்தானே நான் சொல்கிறேன்? நீங்கள் வேறு எங்கேயோ ஞாபகமாக இருக் கிறீர்கள் போலிருக்கிறது. இப்போது சாப்பிடுவது காபி என்றாவது தெரிகிறதா, இல்லையா?'' என்றாள்.

சங்கரன் காபியின் கடைசிப் பகுதியைக் குடித்து விட்டுத் தம்ளரை அவள் கையிலே கொடுத்தான்; அதோடு புன்னகை பூத்தபடியே அவள் கன்னத்தை லேசாகத் தட்டி விட்டு, ''அடே. நான் காபியா குடித்தேன்? அது தெரியவில்லையே! அமிர்தத்தையல்லவா ரம்பை கொடுத்துச் சாப்பிடுவதாக நினைத்துக் கொண்டிருந்தேன்?'' என்றான்.

“போங்கள்; உங்களுக்கு எப்போதும் வேடிக்கை தான்” என்று கொஞ்சலாகச் சிணுங்கினாள் கோமதி.

“அந்தப் பொம்மைகளையெல்லாம் எங்கே வைத்திருக்கிறாய்? எல்லாவற்றையும் பார்த்துவிட்டாயா?” என்று கேட்டான் சங்கரன்.

“அடேயப்பா! ஒரு நாளில் முடிகிற காரியமா அது? ஒரே குப்பை, தூசி, அழுக்கு மண்டிக் கிடக்கின்றன. சோழி வகையராவே ஒரு கூடை இருக்கும். உங்கள் அப்பா எத்தனை தரம் ராமேசுவரம் போனார்?”

“என்னைப் பெறுவதற்கு முன்பு ஒரு தடவை போயிருக்கலாம்.”

“இல்லை, இல்லை. மாசத்துக்கு ஒரு தடவை போய், ஒவ்வொரு தடவையும் சோழி, சங்கு, ராவணன் விழி எல்லாம் வாங்கி வந்திருக்க வேண்டும். இல்லாவிட்டால் இத்தனை சோழி எப்படி வரும்?”

“இருக்கலாம். எனக்கு அவ்வளவு தூரம் துப்பறியும் திறமை இல்லை. ஆனால் ஒரு விஷயம் எனக்குத் தெரியும். எங்கள் அப்பா ராமேசுவரம் போய்த் தவம் கிடந்து என்னைப் பெற்றார். உங்கள் அப்பா வேண்டாம் வேண்டாம் என்று இருக்கிறபோதே நீ பிறந்தாய்.”

கோமதிக்குக் கொஞ்சம் கோபம் வந்தது. “உங்களுக்கு ஞான திருஷ்டி உண்டோ?”

"இதற்கு ஞானதிருஷ்டி எதற்கு? நீ உங்கள் வீட்டில் 'நாலாவது பெண். உன் அக்காவுக்குச் சம்பூர்ணம் என்று பெயர் வைத்திருக்கிறாரே உன் அப்பா. அதுவே சொல்லாதா, நீ வரவேற்பில்லாமலே உலகிற் குடி புகுந்தவள் என்று?

"அதற்காக, நான் பிறந்தவுடன் என் கழுத்தை முறித்துப்போடவில்லை என்று குற்றம் சுமத்துகிறீர்களோ?" கோமதியின் தொனியில் அழுகை கூடக் கலந்துவிடும் போல் தோன்றியது.

"சீ, பைத்தியம்! உன்னை யார் வரவேற்றாலும் வர வேற்காவிட்டாலும் எங்கள் வீடும் என் உள்ளமும் வரவேற்றன, ராணியாக ரம்பையாக ஏற்றுக்கொண்டு விட்டன என்பதை மறந்துவிட்டாயோ?"

"போதுமே உங்கள் ஸ்தோத்திரம்! கிள்ளுகிறது, பிறகு தொட்டிலை ஆட்டுகிறது. இந்தக் கலையில் நீங்கள் கெட்டிக்காரர்கள் தாம்."

"அப்படிச் சொல்லாதே ! இதெல்லாம் இட்டிலிக்குச் சட்டினி போல, அல்வாச் சாப்பிட்ட வாய்க்கு மிக்ஸ்சர் தருவது போலே!" என்று சொல்லிச் சிரித்தான் சங்கரன்.

"ரொம்ப அழகு தான் போங்கள். கரிந்துபோன மரப்பாச்சியை மாற்றவேண்டுமென்று ஆரம்பித்தேன். பதில் மரப்பாச்சி வாங்கிவர வக்கில்லை. இட்டிலியாம் சட்டினியாம், அல்வாவாம் மிக்ஸ்சராம்"

"கோபங்கொள் ளாதடி மானே உன்றன்

குறிப்பை அறிந்து நான் ஏவல்செய் வேனே"

என்று முதல் நாள் பார்த்த சினிமாவில் இருவரும் கேட்டு ரசித்த பாட்டைப் பாடினான் சங்கரன். கோமதிக்கு இருந்த கோபமெல்லாம் எங்கேயோ போய்விட்டது. களுக்கென்று சிரித்துவிட்டாள்.

"சரி, விளையாடாதீர்கள். மரப்பாச்சி அகப்படுமா, அகப்படாதா, சொல்லுங்கள்" என்றாள் கோமதி.

மறுபடியும் சங்கரன் சிறிது யோசனையில் ஆழ்ந்தான். பிறகு, "எங்கே, அந்த இரண்டு மரப்பாச்சிகளையும் எடுத்துக்கொண்டு வா; பார்க்கிறேன்" என்றான்.

அவள் இரண்டு பெரிய மரப்பாச்சிகளையும் எடுத்துக் கொண்டு வந்தாள். ஒவ்வொன்றும் ஒரு முழ உயரம் இருந்தது. ஒன்று ஆண் ; ஒன்று பெண். ஆண் மரப் பாச்சியின் பீடத்திலும் காலிலும் நெருப்பில் எரிந்து பொக்கையான இடங்கள் இருந்தன. "பார்த்தீர்களா? இந்த ஆண் மரப்பாச்சிக்குப் பதில் ஒன்று கிடைத்தால் நன்றாக இருக்கும்; கிடைக்குமா?" என்று கோமதி கேட்டாள்.

சங்கரன் அந்த இரண்டையும் பார்த்தான். கருகிய மரப்பாச்சியை வாங்கினான். கொஞ்ச நேரம் கையில் வைத்துக்கொண்டிருந்தான். ஏதோ யோசனையில் ஆழ்ந் தவனாய்ப் பிறகு பெருமூச்சுவிட்டான்.

"என்ன, இப்படி அடிக்கடி யோசிக்கிறீர்களே?" என்று கோமதி கேட்டாள்.

“ஒன்றும் இல்லை. இந்த இரண்டு மரப்பாச்சிகளையும் பிரிக்கக்கூடாது. இது கரிந்திருந்தாலும் குற்றம் இல்லை. ஆடை அலங்காரத்தால் பார்க்கிறவர் கண்ணுக்குத் தெரியாமல் மறைத்துவிடலாம்” என்று சங்கரன் சொன்னான்.

“அதை மறைக்கலாம்; ஆனால் மூளி மூளிதானே?” என்று கேட்டாள் கோமதி.

“அது பார்க்கிறவர் கண்ணுக்கு மூளியாகத்தான் இருக்கிறது. ஆனால் அது வாழ்க்கையில் பெரிய மூளியை மறக்கச் செய்தது என்பதை உணர்ந்தால் மூளியாகத் தோன்றாது.”

“என்ன இது? புதிர் போடுகிறீர்களே!”

“ஆமாம். விஷயம் தெரிகிறவரைக்கும் அது புதிர் தான். எங்கள் அம்மா இந்த மரப்பாச்சியைக் கண்போல் பாதுகாத்து வந்தாள். இதையே கொலுவில் வைத்துக் கொண்டாடினாள். இதுதான் அவள் பிற்கால வாழ்க்கை யில் ஆறுதல் தந்தது. கதையைக் கேட்கிறாயா?”

“சொல்லுங்கள்; கேட்கிறேன்.” கோமதி அப்படியே கீழே உட்கார்த்துகொண்டாள்.

எங்கள் அப்பாவை நீ பார்த்ததில்லை. எனக்கே அவர் ஞாபகம் சரியாக இல்லை ; கனவில் கண்டது போல இருக்கிறது. எங்கள் ஊரில் அம்மா பிறந்த வீடும் எங்கள் வீடும் பக்கத்தில் பக்கத்தில் இருந்தன. இரண்டு

குடும்பத்தினரும் பந்துக்கள். சின்ன வயசு முதற்கொண்டே இரண்டு குடும்பத்துக் குழந்தைகளும் பழகி வந்தன. அப்பா பெரிய குழந்தையாக இருந்தாலும் விளையாடுவதில் அதிக ஆசையாம். ஒரு நாள் இரண்டு வீட்டுக்காரர்களும் மரப்பாச்சி வாங்கினார்கள். ஒரு ஜோடி மரப்பாச்சியை வியாபாரி கொண்டு வந்திருந்தான். ஆண் பொம்மையை எங்கள் அப்பா வீட்டில் வாங்கினார்கள். பெண் பொம்மையை அம்மா வீட்டில் வாங்கினார்கள். இரண்டு குழந்தைகளும் அந்த மரப்பாச்சிகளை வைத்து விளையாடினார்கள். இரண்டையும் வைத்துக் கல்யாணம் செய்வது, விருந்து வைப்பது இப்படியாக விளையாடினார்கள்.

ஒரு நாள் என்ன தோன்றிற்றோ என்னவோ, இரண்டு குழந்தைகளும் மரப்பாச்சியை மாற்றிக்கொண்டார்கள். ஆண் பொம்மையை அம்மா வாங்கிக்கொண் டாள். பெண் பொம்மை அப்பாவிடம் போயிற்று ஒன்று சொல்ல மறந்து விட்டேனே: எங்கள் அம்மா வைப் பெற்ற ஒரு வருஷத்தில் பாட்டி காலமாகிவிட்டாள். ஆகவே தாத்தா இரண்டாந்தாரம் கல்யாணம் பண்ணிக்கொண்டார். அம்மாவிடம் அந்தச் சித்திக்கு அவ்வளவு பிரியம் என்று சொல்ல முடியாது. ஒரு நாள் அந்தச் சித்திப் பாட்டி அம்மாவைக் கூப்பிட்டிருக்கிறாள். அம்மா, மரப்பாச்சியை வைத்துக் கூடத்தில் விளையாடிக்கொண்டிருந்தாள். இரண்டு மூன்று முறை கூப்பிட்டும் விளையாட்டில் ஈடுபட்டிருந்த குழந்தையின் மேல் சித்திக்குக் கோபம் வந்தது. ஏதோ அடுப்பில் காரியமாக இருந்தவள், வந்தாள். நறுக்கென்று அம்மா தலையில் ஒரு குட்டுக் குட்டி விட்டு, அந்த மரப்பாச்சியைப் பிடுங்கிக்கொண்டு போனாள். அதை

என்ன செய்தாள் தெரியுமோ? அப்படியே அடுப்பில் வைத்துவிட்டாள்.

“ஐயோ! அடுத்த வீட்டு மாப்பாச்சி!” என்று குழந்தை கத்தினாள். சித்தி அதைக் காதிலே வாங்கிக் கொள்ளவில்லை. தற்செயலாக ஒரு பாட்டி அப்போது வீட்டுக்குள் வந்தாள். குழந்தை அழுவதைப் பார்த்துவிட்டு உள்ளே போனாள். மரப்பாச்சி அடுப்பில் இருப்பதைப் பார்த்தாள்.

“அடி பாவி! என்ன காரியம் செய்துவிட்டாய் மரப்பாச்சியை அடுப்பில் வைப்பார்களோ? உனக்குக் குழந்தை குட்டி பிறக்க வேண்டும் என்ற எண்ணமே இல்லையோ?” என்று சொல்லி அதைப் பிடுங்கித் தண்ணீரைக் கொட்டி அவித்தாள். மரப்பாச்சியின் அடிப்பாகந்தான் எரிந்தது. அந்தப் பக்கத்தை அடுப்பிலே வைத்திருந்ததனால், நல்ல வேளையாக முகம் தீப்படவில்லை.

”இனிமேல் இந்த மாதிரி காரியம் செய்யாதே. உயிருடன் குழந்தையைக் கொளுத்துவதும் சரி; மரப்பாச்சியை எரிப்பதும் சரி” என்று சொல்லிவிட்டுப் போனாள் பாட்டி.

அது முதல் சித்திக்குப் பயம் பிடித்துக்கொண்டது. தான் செய்த அசட்டுக் காரியத்தால் என்ன கெட்ட பலன் உண்டாகுமோ என்று அஞ்சினாள். பாட்டி சொன்னது போலக் குழந்தை குட்டி பிறக்காமல் போய்விட்டால் -? அவள் மனசு தவியாய்த் தவித்தது. அந்த மரப்பாச்சியைப் பார்த்தாள். என் அம்மா மூலையில் விக்கி விக்கி அழுது கொண்டிருப்பதையும் கவனித்தாள், மரப்பாச்சியை

நன்றாகத் தேய்த்து அலம்பி அம்மாவிடம் கொடுத்து, "அழாதே அம்மா; கூப்பிட்டால் உடனே வரவேண்டாமோ? அதனால் தான் சித்தி கோபித்துக்கொண்டாள். இனிமேல் கோபித்துக் கொள்ள மாட்டாள்'' என்று சொல்லிக் குழந்தையைச் சமாதானப்படுத்தினாள். அது முதல் சித்தி அம்மாவைத் தன் குழந்தையைப் போலவே சீராட்டி வர ஆரம்பித்தாளாம்.

பகவானுடைய சோதனையைப் பார். பிறகு சித்திக்குக் குழந்தையே பிறக்கவில்லை. அம்மாவே அவளுக்குக் குழந்தையாய் விட்டாள். இந்தப் பொம்மைதான் சித்தியின் மனசை மாற்றக் காரணமாக இருந்தது. அதனால் அம்மாவுக்கு இதனிடம் ஒரு தனியான விசுவாசம்.

முதலில் அம்மா, இந்த மரப்பாச்சியை அப்பாவிடம் கொடுத்து விடலாமென்று தான் எண்ணியிருந்தாள். இது மூளியாகப் போனவுடன், அவரிடம் கொடுக்காமல் தானே வைத்துக்கொண்டாள். அவர்கள் விளையாட்டு மாத்திரம் எப்போதும் போலவே நடந்துகொண்டிருந்தது.

அம்மாவுக்கும் அப்பாவுக்கும் கல்யாணம் ஆயிற்று. பெரியவர்களாகிக் குடித்தனம் நடத்தினார்கள். அப்பாவும் சரி , அம்மாவும் சரி, இந்தப் பொம்மை இரண்டையும் பிரிக்காமல் சேர்த்தே வைக்க வேண்டுமென்று நினைத்தார்கள். மூளி என்று மாற்றவில்லை. குழந்தைப் பருவ விளையாட்டுகளையும், கிடைக்காத அன்பைக் கிடைக்கப் பண்ணின சிறப்பையும் அவர்கள் எண்ணி எண்ணி மகிழ இந்தப் பொம்மைகள் காரணமாயின.

அப்பாவைவிட அம்மாவுக்கு இந்தப் பொம்மையிடம் பிரேமை அதிகம்; பிரேமை என்று சொல்வதைவிடப் பக்தி என்று தான் சொல்லவேண்டும். இரண்டு பொம்மைகளையும் அழகாக அலங்கரித்துக் கொலுவில் வைப்பாள். பார்க்கிறவர்களுக்கு இது மூளி மரப்பாச்சி என்று தெரியாது.

அம்மாவுக்கு இந்த மரப்பாச்சியினிடம் இருந்த பற்று ஆயிரம் மடங்கு அதிகமாவதற்கு ஒரு காரியம் நடந்தது. முன்னே நடந்தது சந்தோஷமான காரியம்; சித்தியின் அன்பைப் பெறக் காரணமாக இருந்தது அது. இதுவோ துக்கம் தரும் காரியம். சுருக்கமாகச் சொல்லி விடுகிறேன் எங்கள் ஊரில் நடந்த ஒரு பொருட்காட்சியில் திடீரென்று தீப்பற்றிக்கொண்டது. அதில் உயிர்ச் சேதங்கூட நேர்ந்தது. நான் பிறந்து ஐந்து வருஷங்கள் ஆகியிருந்தன. என் தகப்பனார் அந்தப் பொருட் காட்சியில் ஒரு கடை வைத்திருந்தார். தீ விபத்தில் அவர் சிக்கி உயிரிழந்தார். அம்மா எப்படித் துக்க சாகரத்துள் ஆழ்ந்திருப்பாளோ! அதை அறிந்துகொள்ளும் வயசு அப்போது எனக்கு இல்லை. இந்த மரப்பாச்சி தீப்பிடித்து வெந்ததையும், அப்பா தீ விபத்தில் இறந்ததையும் முடி போட்டுப் பார்த்தாள் அம்மா. பின்னாலே நடக்க வேண்டியதை முன்னாலே சித்தி காட்டினாளோ? அப்பா முதலில் வைத்திருந்த பொம்மை அது; அவராகத் தந்த ஆண் பொம்மை. அதாவது அவருடைய பிரதிநிதியாக இருந்த பொம்மை அது. அதை முதலில் வழங்கின அவர், பிறகு வாழ்க்கையில் தம்மையே அம்மாவுக்கு வழங்கினார். ஆனால் தெய்வம் இரண்டு பொருள்களுக்கும் ஊனத்தை உண்டாக்கிவிட் டது. அவருடைய பிரதிநிதியாக இருந்த

பொம்மை தீப்பட்டு மூளியாயிற்று; அவரோ தீக்குப் பலியாகிவிட்டார்.

அம்மா அந்த நிலையில் எப்படி யெல்லாம் தத்தளித்தாளோ! யார் உதவி செய்தார்களோ! எங்கள் சிற்றப்பாவின் உதவியால் குடும்பம் குடும்பமாயிற்று, நானும் வளர்ந்து பெரியவனானேன்.

அப்பா காலமான பிறகு அம்மாவுக்கு இந்தப் பொம்மையிடம் அளவற்ற பற்று உண்டாகிவிட்டது. "கடவுள் ஒரு ஜோடியைப் பிரித்துவிட்டார். இந்த ஜோடியை நாம் பிரிக்கவேண்டாம்" என்று எண்ணி இந்த இரண்டையும் காப்பாற்றி வந்தாள். கொலுவில் இந்த இரண்டும் இல்லா விட்டால் அவளுக்குக் கொலுவாகவே இராது. என் சிற்றப்பா பெண்கள் என்ன என்னவோ சொல்லிப் பார்த்தார் கள். அம்மா கேட்கவே இல்லை. என்னிடம் ஒரு நாள் கதை கதையாக இந்த விஷயங்களையெல்லாம் சொன்னாள். எனக்கும் உபதேசம் செய்தாள். "நீ அப்பா அம்மாவைச் சேர்த்துப் பார்க்கக் கொடுத்து வைக்கவில்லை. இந்த இரண்டும், நன்றாக இருந்தபோது நானும் அப்பாவும் எப்படி இருந்தோமோ அதை நினைப்பூட்டுகின்றன. ஆகையால் இந்த இரண்டையும் பிரிக்காதே" என்று எனக்குச் சொன்னாள். அந்த வார்த்தையை நாம் காப்பாற்ற வேண்டாமா?

கோமதி யோசனையில் ஆழ்ந்திருந்தாள். கதையோடு அவள் உள்ளம் ஒட்டி அதனால் ஏற்பட்ட உணர்ச்சியில் மிதந்தது. "என்ன, இப்பொழுது எனக்குப் பதில் நீ யோசனையில் ஆழ்ந்துவிட்டாயே!" என்றான் சங்கரன்.

"நீங்கள் மரப்பாச்சிக் கடைக்குப் போக வேண்டாம்" என்று தூக்கத்திலிருந்து விழித்தவளைப் போலப் பதில் சொன்னாள் கோமதி.

"ஓகோ! மறுபடியும் அம்மா வந்து பிறக்கப்போகிறாள். அவள் வந்து, எங்கே என் பொம்மை என்று கேட்டால் என்ன செய்வது என்ற விசாரமோ?" என்று புன் சிரிப்புப் பூத்தபடியே பேசினான் சங்கரன்

"உங்களுக்கென்ன? எப்போதும் விளையாட்டுத் தான்" என்று எழுந்தாள் கோமதி.

கதைக்குக் கால் உண்டு

சில வருஷங்களுக்கு முன் 'கலைமக'ளில் 'கதையின் கதை" என்று ஒருபகுதி தொடங்கினோம். எழுத்தாளர்கள் தாங்கள் எழுதிய கதைகளின் கதையைத் தொடர்ந்து எழுதினார்கள். கதை உருவானதற்குக் காரணமாக இருந்த நிகழ்ச்சிகள், எண்ணங்கள், அவை மேலும் மேலும் வளர்ந்த வகை, கதைப்பகுதிகள் உருவெடுத்த முறை, கதையின் கட்டுக்கோப்பு முழுவதும் ஒருவகையாக நிறை வேறினது - இப்படியாகக் கதையின் கதையை எழுத் தாளர்கள் எழுதினார்கள். அவற்றை யாவரும் சுவையோடு படித்து இன்புற்றார்கள்.காரணம், எழுத்தாளன் கதையை எப்படிச் சிருஷ்டிக்கிறான் என்ற உண்மை நிகழ்ச்சியை அறிய முடிந்ததுதான். எழுத்தாளனுடைய சிருஷ் டித் தொழிலில் உள்ள விநோதம் இனித்தது.

கம்பன் இராமாயணம் பாடினது, வில்லிபுத்தூரார் பாரதம் பாடினது, குணாட்யன் பிருகத் கதை பாடியது முதலியவை மிகவும் சுவரரஸ்யமான கதைகள். இலக்கிய சிருஷ்டி கர்த்தாக்களின் வரலாறுகள் அவை என்பது மட்டும் அன்று; இலக்கியத்தின் கதையையே அவை சொல்லு கின்றன. இக்காலத்துச் சிறுகதைகளுக்குக் கம்பராமா யணத்தை உவமை சொல்வது பொருத்தம் இல்லாமல் இருக்கலாம். ஆனால் கம்பராமாயணம் உருவான யும், இக்காலத்தில் சில சிறுகதைகள் உருவான வரலாறும் சமானமான சுவையுடையன அரசகுமாரி கருவுயிர்ப்ப தும், ஏழைப் பெண் குழந்தை பெறுவதும் ஒரே வகை வேதனை, ஒரே வகை நிகழ்ச்சி, ஒரே வகை

இன்பம் உடையன அல்லவா? தாய்மை என்னும் பொதுமையுடன் ஒட்டியவை அவை.

வாழ்க்கையில் ஊறிப்போன மனசுக்குத் தன் அநுபவங்களை நினைப்பதற்குச் சர்வ சுதந்தரம் உண்டு, அதைத் தடுக்க எந்த ஹிட்லராலும் முடியாது. அப்படி நினைத்த அநுபவங்களை வாயினாலே சொல்வதற்கு, வேறு இடத் தில் வேறு சந்தர்ப்பத்தில் பழைய அநுபவத்தை இணைத் துச் சொல்வதற்கு முயல்வது மனிதன் இயல்பு. பழைய கிழவர்கள் அதிகமாகப் பேசுவதற்குக் காரணம் இந்தப் பழங்கதைகள் அவர்கள் திறத்தில் நீண்டிருப்பதுதான். எந்த நிகழ்ச்சியானாலும், அதற்குச் சமானமாகவோ,கூடு தல் குறைதலாகவோ மற்றொரு நிகழ்ச்சி அவர்களுடைய நினைவேட்டிலிருந்து புறப்படும். அதைக் கேட்பதற்கு நமக்குச் சிரத்தை இல்லாமல் இருக்கலாம். ஆனால் அவர்களுக்கோ இப்போது நிகழும் நிகழ்ச்சியைக் காட்டிலும் அந்தப் பழைய நிகழ்ச்சிதான் கலா ரஸ்யம் உடையது. அது வெறும் நினைவளவிலே நின்று, இன்பதுன்பம் நேரடியாக வாழ்க்கையைப் பாதிக்கும் நிலையைக் கடந்து விளங்குவதால் காவியம் போல் அவர்களுக்குச் சுவைக்கிறது.

காலமென்னும் தேனில் ஊறி நின்று தன்னுடைய துவர்ப்பையெல்லாம் போக்கி விட்டுத் தித்திக்கும் பண்டமாக ஆகிவிடுகிறது அது.

எழுத்தாளர்களும் இந்த மனித இயல்புக்கு விலக் கானவர்கள் அல்ல. எழுத்தாளர்கள் என்ன? கவிஞர்களுக்கும் இந்தப் பழைய அநுபவ வாசனையைத் தாம் பாடும் கவிகளிலே இணைப்பது என்பது

இயற்கைதான். ஆகவே கதாசிரியர்கள் தம்முடைய கதைகளில் பழைய உண்மைக் கதைகளாகிய தம் அநுபவ வரலாற்றை இணைத்து எழுது வதுண்டு. எல்லாக் கதைகளிலும் இந்த அம்சம் இருக்க வேண்டுமென்ற நியதி இல்லை. அந்த அம்சம் இருக்கும் கதைகளிலும் வெவ்வேறு அளவில் வெவ்வேறு வகையில் அது அமைந்திருக்கும். அந்த அம்சத்தைத் தனியே எடுத்துக்காட்டினால் 'கதைக்கும் கால் உண்டு' என்பது தெரியவரும். 'கதைக்குக் கால் இல்லை' என்ற பழைய வசனம் எதனால் ஏற்பட்டிருந்தாலும் சரி, அது முற்றும் சரியானது என்று சொல்லமுடியாது.

கதையின் பிறப்பு எல்லாரிடமும் ஒரேமாதிரி இருப்ப தில்லை. சிலருக்குச் சில சில வழக்கம் இருக்கும். சில எழுத் தாளர்கள் தலைப்பை முதலில் போட்டுக்கொண்டு கதையை எழுதத் தொடங்குவார்கள். வேறு சிலர் கதை முழுவதையும் எழுதிவிட்டுத் தலைப்பைப் போடுவார்கள். கதையின் மையத்தை நிச்சயப் படுத்திக்கொண்டு எழுதத் தொடங்கி விட்டால், எழுதும்போதே சில சுழிப்புக்கள், சில திருப்பங்கள் கதையில் அமைந்துவிடும். முன்னாலே யோசிக்காமல் அந்தச் சந்தர்ப்பத்தில் உண்டாகும் 'எழுத்துச் சூட்டில்' உற்பத்தியாகின்ற பகுதிகள் அவை, சொற்பொழிவு ஆற்றுபவர்களுக்கும் இத்தகைய அனுபவம் உண்டு. சில சில சமயங்களில் முதலில் ஒருவிதமாகச் சில்லறை நிகழ்ச்களை முடிவு கட்டியிருந்தாலும், பேனாவின் போக்கிலே அந்த நிகழ்ச்சிகள் மாறும்; முடிவே மாறுவதும் உண்டு. எதிர்பார்த்ததைவிடச் சிறந்த முடிவாக அமைவதும், எதிர்பார்த்த அளவுக்குக் கதையில் கட்டாமல் போவதும் உண்டு. அவரவர்கள் அநுபவத்

தோடு ஒட்டிப்பார்த்தால் இந்த நிலைகளுக்குத் தக்க உதா சணங்கள் எழுத்தாளர்களுக்குக் கிடைக்கும்.

சிலர் ஒரு கதையின் சில பகுதிகளை முதலில் எழுதி விடுவார்கள்; பின்பு முதல் முடிவு எல்லாம் எழுதி ஒட்டுப் போட்டுப் பூர்த்தி செய்வார்கள். முதல் முறை எழுதுவதோடு கதையை உலகத்தில் தள்ளி விடுபவர்கள் சிலர். ஒரு தடவைக்குப் பல தடவை பார்த்து நகாசு செய்கிறவர்கள் சிலர்.

சில கதைக்குரிய கரு எழுத்தாளனுடைய உள்ளத்திலே தோன்றிப் பல ஆண்டுகளுக்குப் பிறகு கதையுரு வெடுக்கலாம். சில கதைகளோ, ரிஷிகர்ப்பம் போலக் கருத்தோன்றியவுடனே உருத் தோன்றிவிடும். சில கதை களுக்குக் கருத்தோன்றி உள்ளத்துக்குள்ளே நலிந்து செத்துப்போய் விடுவதும் உண்டு.

இவை பொதுவாக எழுத்தாளர் உலகத்தின் அனுபவங்கள். இவற்றிற் பல என்னுடைய அனுபவங்கள் என் றும் சொல்லவேண்டுமா, என்ன?

இந்தத் தொகுதியில் உள்ள கதைகள் எல்லாமே உண்மை நிகழ்ச்சிகளை அடிப்படையாகக் கொண்டவை என்று சொல்ல முடியாது. சிலவற்றில் உண்மை நிகழ்ச்சி களின் பகுதிகள் கலந்திருக்கின்றன.

பவளமல்லிகை உண்மையும் கற்பனையும் கலந்து உருவான கதை. ஒருநாள் மாம்பலத்தில் என் நண்பர் ஒருவர் நடத்திய பஜனைக்குப் போய் வந்தேன். கோகுலாஷ்டமி பஜனை. அஷ்டபதியை மிகவும் அருமையாகப் பாடினார்கள். கண்ணனுடைய அழகிய

உருவமும் லீலைகளும் வார்த்தைகளும், கண்ணன் ராதை காதலும் மனத்திலே தேங்கி நின்றன்.

உள்ளம் கண்ணன் மயமாக இருந்தது. உடம் பிலே ஒருவகையான மதமதப்பு; ஒரு புதிய மின்சார போதை புகுந்து கொண்டது போன்ற அநுபவம். அந்த நிலையில் மயிலாப்பூருக்குத் திரும்பிவந்தேன். கண்ணனுடைய நினைவிலே பவளமல்லிகைக் கதைக்குக் கருத் தோன்றியது, கண்ணன் நினைவாகவே வாழும் ஒரு பாத்திரம் என்கதையின் முக்கியப் பாத்திரமாக இருக்கவேண் டும் என்று திட்டமிட்டேன். சின்னப் பெண்ணாக அந்தப் பாத்திரம் உருவாயிற்று; அம்புஜம் தோன்றினாள். வருஷங்களுக்கு முன் நான் திருவல்லிக்கேணியில் அதே குப்பமுத்துத் தெருவில் குடியிருந்தேன். அந்த வீட்டுக்குப் பின்புறத்தில் பவளமல்லிகை மரம் இருந்தது. ஒவ்வொரு நாளும் பூப்பொறுக்கப் பல குழந்தைகள் வருவார்கள். பெரும்பாலும் பெண் குழந்தைகளே வருவார்கள். அந்தக் காட்சி என் கதைக் கருவுக்கு ஊட்டம் அளித்தது. மற்ற நிகழ்ச்சிகளெல்லாம் கற்பனை.

இந்தக் கதை கலைமகளில் வந்தபோது இதைப் பாராட்டிப் பலர் எழுதினார்கள். முக்கியமாக ஓர் அன்பர்," நான் உங்களுக்கு என்ன அபராதம் செய்தேன்! என்னை அழும்படி செய்துவிட்டீர்களே! என் கண்ணில் நீர் மல்குவதைக் கண்டு எங்கள் வீட்டுக் குழந்தைகள் கூடச் சிரித்தார்கள்" என்று ரஸமாகத் தம் அநுபவத்தை எழுதியிருந்தார்.

கூன் பாண்டியன்' என்ற கதையில் வரும் தந்தையின் மனமாற்றம் பல குடும்பங்களில் நிகழ்வதுதான்.

எனக்குத் தெரிந்த ஒருநண்பர், கதையில் வரும் 'கூன்பாண்டியரைப் போன்றவர். அவரை நினைத்த போதுதான் கதையின் கரு முளைத்தது. கதையின் ஆரம்பமும் முடிவும் பெரும்பாலும் உண்மை நிகழ்ச்சியை ஒட்டினவே, மற்றவை கதைக்கு வேண்டிய கையும் காலும் மூக்கும் முழியுமாகக் கற்பனை யால் படைத்தவை.

'பாசம்' என்பது முழுக்க முழுக்க உண்மைக்கதை என்றே சொல்லவேண்டும். கதையைச் சொல்லுகின்ற 'நான்' நான் அல்ல; என் மைத்துனன். அவன் திருக்கழுக் குன்றத்தில் நிகழ்ந்த இதை எனக்குச் சொன்னான். அவன் சொன்ன நிகழ்ச்சியையே சிறிது வருணனையும் கூட்டிக் கதையாக்கினேன். கதையைப் படித்தபிறகு என் மைத்துனன் என்ன சொன்னான் தெரியுமா? "இதைப் போன்ற முதல்தரமான கதை உலகத்திலே சிலவே உண்டு. நீங்கள் எழுதிய கதைகளில் அற்புதமான சிலவற்றில் ஒன்று இது" என்று உள்ளம் பூரித்துச் சொன்னான்.நான் அப்படி நினைக்கவில்லை. அவனுடைய உணர்ச்சிகளைச் சரியானபடி கதையில் உருவாக்கி விட்டேன் என்பதையே நான் தெரிந்து கொண்டேன். என்ன இருந்தாலும் அவரவர்கள் சொந்த அனுபவம் அவரவர்களுக்கு உயர்வு தானே?

மற்றக் கதைகளில் உண்மை நிகழ்ச்சிகள் இவ்வளவு அதிகமாக இழையவில்லை. ஒரு 'விசித்திர உலகத்தில் வரும் கிருஷ்ணையரின் உருவமும் இயல்பும் நான் அறிந்த பக்தரிடம் கண்டவை; பஜனை செய்வதில் ஈடுபட்ட பக்தர் அவர். மற்றப்படிக் கதை முழுவதும் வெறும் கற்பனை. கதை நிகழும் இடமாகிய

கிருஷ்ணராயபுரம் நான் பிறந்த ஊர் ஆகையால் அதைப் புகுத்தும் நினைவு வந்தது.

சில வருஷங்களுக்கு முன் முதல் முறையாகப் பம்பாய் போயிருந்தேன்.பம்பாய்த் தமிழ்ச் சங்கத்தில் நடை பெற்ற இலக்கிய விழாவுக்காகப் போனேன். அந்த நகரத்தில் உள்ள காட்சிகளையெல்லாம் கண்டேன். எலிபெண் டாக்குகைகளையும் பார்க்கவேண்டும் என்ற ஆசை எழுந்தது. அன்பர்கள் சிலரோடு காலையில் புறப்பட்டுச்சென்று மாலைவரையில் அந்தத் தீவில் தங்கி அங்கே உள்ள அற்புதமான சிற்பங்களைப் பார்த்து மகிழ்ந்தேன். என்ன அழகு! என்ன அழகு! அங்கிருந்த சுனையைப் போதுதான் சங்க நூல்களில் வரும் வருணனைகள் எனக்கு விளங்கின. "கற்பகம் அனைய அக் கவிஞர் நாட்டிய, சொற் பொரு ளாமெனத் தோன்றல் சான்றது" என்ற கம்பர் வாக்குத் தெளிவாயிற்று. இனிமையாக அங்கே பொழுது போக்கினோம். அந்தக் குகைச் சிற்பங்களைப் பொருளாகக் கொண்டு அன்று ஒரு கதையை நண்பர்களுக்குச் சொன் னேன். அந்தக் கதை, வண்ணம் பூசாத சித்திரம் போல என் உள்ளத்தின் மூலையிலே கிடந்தது. போன வருஷ ஆனந்தவிகடன், தீபாவளி மலருக்குக் கதை வேண்டுமென்ற கடிதம் வந்தபோது, அதை மறுபடியும் நினைவுக்கு கொண்டு வந்து புது மெருகிட்டுக் கதையாக்கினேன். அது தான் 'ரத்தக் கண்ணீர்'.

பஞ்சகல்யாணிக் குதிரை முதலிய மூன்றும், கதை எழுதவேண்டும் என்ற சங்கற்பத்திலே தோன்றியவை, மதனகாமராஜன் கதைப்பாணியிலே எழுதவேண்டுமென்ற எண்ணம், பஞ்சகல்யாணிக் குதிரையை ஓடவிட்டது. ஆனந்த விகடன் தீபாவளி

மலருக்காக எழுதின கதை; ஆகையால் கடைசியில் ஒற்றை வெடியைக் கொண்டு வந்தேன்.

என் நண்பர் ஒருவர் தம்முடைய காரை ஒரு குதிரை வண்டியின்மேல் மோதவிட்டார். நடுநடுங்கிப் போய் ஐந்து ரூபாய் நோட்டை வண்டிக்காரனிடம் வீசிவிட்டு வந்தார். வந்தது முதல் அவர் உள்ளம் படபடத்தது. இதுவரையில் இந்த அனுபவம் இல்லையாகையால் அவர் நடுங்கிக் கொண்டே இருந்தார். அவருடைய நடுக்கத்தையும், கீழே விழுந்தவர்கள் என்ன செய்து விடுவார்களோ என்று அஞ்சின அச்சத்தையும் நான் நேரிலே உணர்ந்தேன். இது சில வருஷத்துக்கு முன் நிகழ்ந்தது. 'யார் தெய்வம்?' என்ற கதை எழுத ஆரம்பித்ததற்கு அந்தப் பழைய நிகழ்ச்சியின் நினைவு சிறிது உதவியது. கதையின் மற்றப் பகுதிகள் வெறும் கற்பனை.

புரட்டாசி மாதக் 'கலைமகள்' இதழுக்கு நவராத்திரி சம்பந்தமாகக் கதை எழுதவேண்டும் என்ற நினைவிலே கொலுவும் மரப்பாச்சியும் தோன்றின. அதன் பிறகு மூளி மரப்பாச்சியும், அதற்கு ஜோடிமரப்பாச்சியும் வந்தன. எப்போதுமே கதை முழுவதையும் எழுதின பிறகே நாமகரணம் பண்ணுவது என் வழக்கம். இந்தக் கதைக்கு 'மூளி மரப் பாச்சி' என்றுதான் முதலில் பெயர் வைத்தேன்.பிறகு அது காதுக்கு நன்றாக இல்லை என்று மாற்றிவிட்டேன்.

இந்த எட்டுக் கதைகளில் 'பவளமல்லிகை, 'கூன் பாண்டியன், ஜோடி மரப்பாச்சி' என்ற மூன்றும் 'கலைமகளில் வெளியானவை,பாசம்', 'விசித்திர உலகம் என் னும் இரண்டும் 'காண்டிபம்' பொங்கல்மலர்களிலும்,

'ரத்தக் கண்ணீர்', 'பஞ்சகல்யாணிக் குதிரை' என்பவை 'ஆனந்த விகடன்' தீபாவளி மலர்களிலும், 'யார்தெய்வம்?? என்பது 'தியாகி'யிலும் வெளிவந்தவை.

பழைய உணர்ச்சிகளும் நினைவுகளும் கதையிலே இணைத்து உருவாக்குவது எழுத்தாளர் உலகத்து வழக்கம். கதைகள் அதிகமாக எழுத எழுதச் சொந்த அநுபவங் களும் அதிகமாகப் பயன் படுகின்றன. அதிகமாகக் கதைகள் எழுதவேண்டிய வாய்ப்புப் பத்திரிகைகளினால் ஏற்படுகின்றன. ஆகவே பத்திரிகைகள் உள்ளவரைக்கும் கதைகள் வரும்; கதைகள் எவ்வளவுக் கெவ்வளவு தேவையோ, அவ்வளவுக் கவ்வளவு எழுத்தாளர்கள் தாங்கள் கண்டு கேட்டு அநுபவித்த வற்றைப் புகுத்த வாய்ப்புண்டு. கதையுலகம் வாழ, நாம் வாழும் உண்மையுலகம். வாழவேண்டும். இரண்டு உலகமும் வாழ்க!

★★★

www.ingramcontent.com/pod-product-compliance
Lightning Source LLC
LaVergne TN
LVHW010053061026
849532LV00004BC/1260